சொல்லெரிந்த வனம்

சொல்லெரித்த வனம்

சொல்லுறைந்த வனம்

சொல் பெருகும் வனம்

பிரேம்

எதிர்
வெளியீடு

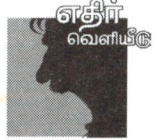

சொல்லெரிந்த வனம்
பிரேம்

முதல் பதிப்பு: ஜனவரி 2020
எதிர் வெளியீடு,
96, நியூ ஸ்கீம் ரோடு, பொள்ளாச்சி – 642 002
தொலைபேசி: 04259 226012, 99425 11302

விலை: ரூ. 220

Solerintha Vanam
Prem
Copyright© Prem

First Edition: January 2020
Published by
Ethir Veliyeedu, 96, New Scheme Road, Pollachi- 642 002.
email: ethirveliyedu@gmail.com
www.ethirveliyedu.in

Price: ₹ 220

ISBN: 978-93-87333-82-6
Cover Design: Santhosh Narayanan
Printed at Jothy Enterprises, Chennai.

All rights reserved. No part of this book may be reprinted or reproduced or utilised in any form or by any electronic, mechanical or other means, now known or hereafter invented, including photocopying and recording, or in any information storage or retrieval system, without permission in writing from the Publisher.

பிரேம்போ எனக் கேலி செய்தே என்னைக்
கவிதை எழுத வைத்த ஒருவருக்கும்

அனெக்ஸாகொராஸ் எனச் சொல்லிச் சொல்லி
என்னைத் தத்துவங்கள் எழுத வைத்தவருக்கும்

பப்பி எனச் சொல்லி என்னைத் தாயாக்கிய
மகளுக்கும்

பெருங்கவி எனச் சொல்லி மீண்டும் என்னைக்
கவிதையெழுத வைக்கும் இன்னொரு மகளுக்கும்...

ஐந்தாம் தலைப்பு

கவிதை உருவாக்கத்தை மொழிகள் இழந்து சில நூறு ஆண்டுகள் கடந்து விட்டன. ஆனால் இந்தச் சில நூறு ஆண்டுகளில்தான் பேரளவிலான கவிதைகளும் எழுதப்பட்டுள்ளன. பேரிறைமை அற்றுப் போன இடத்தில் பெரும் மனித உருவங்களை, பேருண்மைகளை நிரப்பிவிடலாம் என்ற மனிதர்களின் பேராசைதான் அதற்குக் காரணம். ஆனால் காப்பியங்கள், பெருங்காவியங்கள், தொன்மங்களின் முன் மனிதமையக் கவிதைகள் தூசாகிப் பறந்துவிடும் தன்மை கொண்டவை. இறைமையிழந்த மொழிகள் மனிதரை மையமாக்கிய போது கவிதைகள் தம் பேரின்பத் திளைப்பையும் இழந்து போயின. இறைமை கொண்ட உலகில் துன்பியல் இல்லை, மனிதமைய உலகில் துன்பியல் தவிர ஏதுமில்லை.

“பிறவாமை வேண்டும் பிறந்தாலும் ஒருநாளும் உன்னை மறவாமை வேண்டும்” என்று புலம்பும் மனதின் இன்பக் களிப்பை எந்த நவீனக் கவிதையும் புரிந்து கொள்ள முடியாது. *“அரிதரிது மானிடர் ஆதல் அரிது” “பெரிது பெரிது புவனம் பெரிது”* என்பதில் உள்ள மானிடரும் புவனமும் இன்றைக்கு இல்லவே இல்லை, அந்த புவனத்தில் வாய்க்கும் களிப்பும் முக்தியும் இன்றுள்ள மனித மனத்திற்கு இயலக்கூடியவையல்ல. இவ்வகைக் களிப்பைக் காதல் என்ற புனைவெழுச்சியால் மாற்றீடு செய்து விடலாம் என நினைத்த நவீனக் கவிஞர்கள் “நின்னைச் சரணடைந்தேன்” என்றோ “ஞான

ஒளி வீசுதடி நங்கை நின்றன் ஜோதி முகம், ஊனமறு நல்லழகே" என்றோ இறைமையை மனிதப்பெண் வடிவாக்க முயன்றனர். அதனை ஆண்மையத் தன்மை கொண்ட பெண்ணுருவாக மாற்றினர். பெண்மை என்பது இன்பம் அல்லது பேரன்பு என்ற ஆண் ஏக்க வடிவம் பெண்மைக்கும் பொருந்தாது கவிதைக்கும் பொருந்தாது என்பதை அறியாமல். பெண்ணுரு பேரின்பம், பெண்ணிறைமை, தாய்த்தெய்வ நிலை எல்லாம் இனப்பெருக்க அறிவியல் முன் அழிந்து போகும் என்பது ஆண் கவிஞர்களுக்கு அறிமுடியாமல் போனது, பெண் கவிஞர்களுக்குப் புரியமுடியாமல் நின்றது. ஆண் கற்பித பெண்மைமையக் குரல் "இறைவன் மனிதனாகப் பிறக்க வேண்டும்" என ஒலிப்பது. "கம்பன் ஏமாந்தான் இளம் கன்னியரை ஒரு மலரென்றானே கற்பனை செய்தானே" என்ற நவீன கால ஆண் துன்பியல் காளிதாசனையும் கம்பனையும் துணைக்கழைக்கும். ஆனால், காப்பியங்கள் என வரும் போது "இயேசு காவியம்" எழுதும். அதன் நோக்கம் ஒன்றுதான் "இந்து மதம் அர்த்தமுள்ளது" என நிறுவிக்காட்டுவது. இதனை மீறும் நவீன கவிஞன் யாரும் தமிழில் இல்லை என்பதை பின்நவீன மொழிப்புலம் கொண்ட யாரும் ஒரு மணிநேரத்தில் புலப்பட விளக்கிவிட இயலும்.

இறைமையின் இடத்தில் நிலத்தையோ, தேசத்தையோ, மொழியையோ வைத்த கவிஞர்கள் மொழிவழியும் இசைவழியும் அழகை உருவாக்கிக் காட்ட இயலும்.

"தமிழுக்கும் அமுதென்று பேர் அந்தத்
தமிழ் இன்பத் தமிழ் எங்கள் உயிருக்கு நேர்."
"தமிழ் எங்கள் பிறவிக்குத் தாய்! இன்பத்
தமிழ் எங்கள் வளமிக்க உளமுற்ற தீ!" பகுத்தறிவும் பக்தியும் இணையும் இடம் பாடலுடன்

இணையும் இடம் அபாரம்தான், ஆனால் தொன்ம மனம் தொன்மச் சடங்கு தீராமல் தொடர்கிறதே என்ன செய்வது.

அதற்குப் பின் வந்த இன்றைய கவிதைகள் "இல்லாமல் கரைந்து விட்ட" புனிதக் கவிதைகளைப் போன்மை செய்கின்றன அல்லது போலச் செய்கின்றன "கவிதை கடந்த" காலத்தில் இயங்கும் கவிதைகள், தெய்வங்கள் அற்றுப் போனதைக் கொண்டாடும் பக்திப் பாடல்கள் போல. கவிதைக்கு எதிர்நிலையில் மனிதப்புலன்கள் இயங்கத் தொடங்கியபின் மனிதர்களும் அதன் மையத்திலிருந்து கரைந்தே போனார்கள் என்பதை மறைக்கும் கவிதைகள். அந்த மறைவுப்புலன் கொண்ட தமிழ்க்கவிதை குடும்பம், குலதெய்வம், குடிதெய்வம், சாதிமனம், பக்தி, சடங்கு என அனைத்தையும் காத்தபடி நவீன வடிவம் போன்ற ஒன்றைக் கொண்டது. பகுத்தறிவு பேசும் ஒருவரைத் தந்தை எனவும் பெரியார் எனவும் பெயரளித்துத்தான் அதனால் ஏற்க முடியும்.

இன்றும் கவிதை உண்டு என நம்பி நவீனக் கவிகள் இயங்குவது ஒரு முற்று முரண் உத்தி, தன்நினைவற்ற பாவனை. யாரும் கவிதை போல ஒன்றை மொழி உருவில் உருவாக்குவதில் இன்பம் அடைய உரிமை உண்டு. அதுதான் எதிர்க் கவிதையின் அடிப்படை. பிரம்மம், இறை, தெய்வம், மனிதர் எல்லாம் புனைவு என்று அறிந்த பின்னும் இறைவுருவங்களையும் தொன்ம ஓவியங்களையும் உருவாக்கும் கலையின் நோக்கம் களிப்பும், திளைப்பும். அது போலத் தன் மொழியில் திளைக்கிறது பின்நவீனக் கவிதை, தன்னழிவின் தொடர் அழகில் திளைக்கிறது இன்றுள்ள கவிதை இயக்கம்.

தமிழ்க் கவிகள் பலரும் பல தெய்வப் பக்தர்கள், சாமியார் சமேதரர்கள், மகான்களின் மடத்தில் பாதம் கழுவிப் பணிசெய்யும் இளைய மடங்கள், தங்களையும் ஞானமும், தெய்வீகமும், சித்திகளும் கொண்டவர்களாக அறிவித்துக் கொள்பவர்கள், கிடாவெட்டிப் படையலிட்டு மார்க்வெஸ் விழா கொண்டாடுபவர்கள். ஆன்மிகமே அனைத்தும் எனக் குடிப்பொழுதுகளில் ஓயாமல் புலம்பித் திரிபவர்கள். இருந்தும் இருக்கிறது தமிழில் கவிதை.

இப்படியாகத்தானே தமிழக் கவிதை இருந்துகொண்டிருந்த காலத்தில்தான் "பின்நவீனக் கவி நான்" என ஒரு பேச்சுக்குச் சொல்லிப் பார்த்தேன். அது ஒரு பெரிய கதை, 1985 இல் தொடங்கியது. பின் நவீன நிலையில் கவிதை சாத்தியமா. பின்நவீன காப்பியம், பின்நவீன நெடுங்கவிதை என எல்லாம் எழுதிப் பார்த்திருக்கிறேன். அவற்றைப் பிரேதா என்ற பெயரில் வெளியிட்டது கிரணம். கவிதையைப் படித்தவர்கள் படிக்காதவர்கள் என சிறுபத்திரிகைச் சந்திப்புகளில் அதையே பேசத்தொடங்கினர். பிரேதம், இருள், கொலை, தலைமறைவு, உருமாறுதல், உறுப்புகள் துண்டிக்கப்படுதல், பகலில் பெண் உடலாகவும், இரவில் ஆண் உடலாகவும் இருத்தல், முகங்களை ஒருவருக்கொருவர் பருவங்களுக்கேற்ப மாற்றிக்கொள்ளுதல் என 1985 இல் அது அதிர்ச்சிப்புயலாய் அலைக்கழித்தது. மனநோய் பீடித்த ஒரு பையன்தான் இத்தனை வரிகளை எழுதிக் கொண்டிருக்கிறான் என புரட்சிகர இலக்கியவாதிகளும் இதை எழுதுவது ஆணுரு கொண்ட ஒரு பெண் என்றும் பலவாறாகப் பேசிக்கொண்டனர். தருமு

சிவராம் என்ற பெயரில் அறியப்பட்ட கவிஞர் பிர்மிள்/பிருமிள் என்பது போல இருந்த தன் பெயரை பிரேமிள் என மாற்றிக்கொண்டு நபும்சகன் ஒருவன் எழுதும் எதிர்க்கவிதைகளை படித்துவிட்டு என்னிடம் அது பற்றிக் கருத்துக் கேட்க உனக்கு என்ன துணிச்சல் என்று கிரணத்தை அதன் பதிப்பாளன் முகத்தில் வீசியடித்தாராம். பாவம் மக்கா, அப்பொழுது எனக்கு 22 வயது கவிதை எழுதத் தாளும் பேனாவும் பதுங்கி எழுத ஒரு இடமும் போதும் என்று நம்பியிருந்த எனக்கு ஆணுறுப்பு வலிதாகவும் பெரிதாகவும் இருந்தால்தான் கவிதையெழுத முடியும் அதுவும் சர்ரியலிசக் கவிதையெழுத முடியும் என்று புரியத் தொடங்கியது. உறுப்பே வேண்டாம் உருவமும் வேண்டாம் என எழுதிக் கொண்டே இருக்கிறேன் தினம் தினம் இன்று வரை.

தனிமனிதர், தனித்த மனித நிலை என எதுவும் சாத்தியமில்லை. ஒரு மனிதர், ஒற்றை அடையாளம், ஒற்றைப் பண்பு, ஒற்றைப் பால், ஒற்றை நடத்தை, ஒற்றை அழகியல், ஒற்றை நேசம் என்பதெல்லாம் வன்கொடுமை என அறிந்த பின் (இதனை அரசியல் சொல்லாக என் அன்புத் தோழர் தொல்.திருமாவளவன் மாற்றியமைத்ததை அவர் நூலில் காணலாம்) ஏட்டை எடுத்து எதை எழுதினாலும் அது தொன்மக் கவிதையுடனும் வன்முறை அழகியலுடனும் பித்த அரங்கியலுடனும் தொடர்புருவம் கொள்வதை யார்தான் தடுக்க முடியும். எனக்குள் இருக்கும் பிரேதாவை ஒரு பிரேம் கவனிக்கத்தான் முடியும் கட்டுப்படுத்த முடியாது. ஆத்மார்த்தி, அதீதன் என்ற என் எழுத்துருக்கள் பிரேம் கவிதைக்குள் வரும்போது நீதானே நாங்கள் என்கிறார்கள்.

எல்லோரும் மொழியைத் தாம் இயக்குவதாகவும் எடுத்தாள்வதாகவும்

நினைத்தே கவிதை என ஒன்றை எழுதத் தொடங்குகிறார்கள், ஆனால் நடப்பதோ அதற்கு முற்றிலும் மாறானது. எனக்கு இரண்டு பெயர்கள் புஷ்பராஜ், பிரேமானந்தன், இரண்டு பெயரையும் பாதியாக்கி அழைப்பதுதான் பழக்கம். பிரேமா, புஷ்பா என அழைத்து கோபமூட்ட முயல்கிறவர்களிடமிருந்து காத்தவர் என் முதல் தோழி. அவர் சொன்னார் பெண்ணாக இருப்பது உனக்கு அவமானமா, பெருமை கொள், எழுது தினம். மொழி அழிக்க இருந்த எனது அடையாளத்தை மொழியால் மீட்டுத் தந்தார் அவர். அவர்தான் சொன்னார் ஒரு நாள் நான் நீயாவும் மறுநாள் நீ நானாகவும் இருந்து எழுதிப்பார். எழுதிப்பார்த்தேன், இன்றும் எழுதிக் கொண்டே இருக்கிறேன்.

மனித வாழ்வும் மற்றுள்ள பொருள்களும் அர்த்தமோ நோக்கமோ புனிதமோ பொருள் தரும் எதுவுமோ அற்றது. அது புனைவில் கூட அடங்காத வேறு ஏதோ ஒன்று, அது பலவானது என ஓரளவு அறிந்த பின்நவீன மனமும் மொழியும் இன்றும் கவிதைகளை உருவாக்குவதற்கும் காரணம் உள்ளது. நிகழ்தல், நிகழ்வின் வழி நீளுதல். புனைவிலும் அடங்காத புவனம், கனவிலும் அறியாத காட்சிப் புயல்.

கவிதையின் மையம் அழிந்ததை அறிந்த புலனில் இருந்து கவிதை நிகழ்த்தப்படுகிறது. கவிதையின்மையின் இயல்பை விளக்கும் மொழி வடிவம்தான் இன்றைய கவிதை, அது இயல்பிலேயே எதிர்க்கவிதை. யாப்பு, பாவினம், சந்தம், ஒலியழகு என எதனையும் அது பயன்படுத்தலாம், அல்லது எதுவும் இல்லாமல் புதிய சில கவிதை வடிவங்களை உருவாக்கலாம், அது இணைநிலைப் பிரதியாகவோ எதிர்நிலைப் பிரதியாகவோ மாறலாம்.

கவிதையும் மனிதரும் அற்றுப்போன ஒரு உலகில் கவிதை மற்றும் மனிதரின் இருப்பை, அதாவது இன்மைக்குள் அவை இருக்க முனைவதை நிகழ்த்திக் காட்டுகிறது பின்நவீனக் கவிதை. நிகழ்த்திக் காட்டுகிறது, ஆனால் நிகழ்வதில்லை என்பதுதான் இன்றைய கவிதையின் தொழில் முறை ரகசியம்.

நிகழ்தலின் இன்பம் அல்லது ஏதும் நிகழமுடியா பெருந்துயரம் எனக் கவிதையில் உருவாகலாம். கவிதை தனது இன்மையையும் சாத்தியமின்மையையும் தானே தனது வடிவில் நிகழ்த்திக் காட்டும் மொழிவடிவம், இதுதான் இன்றைய கவிதை. கவிதை தன்னைத் தானே திறனுடன் நிகழ்த்திக் காட்டும், பல வடிவில் அது உருவம் காட்டும், எது உனது மெய் வடிவம் என்றால் திகைத்து நின்று உறையும் அல்லது கரையும்.

கவிதை இறந்து விட்டது, கடவுள் இல்லாமலானது, மனிதர், மறைபொருள் என்பதெல்லாம் அழிந்து விட்டன என்றெல்லாம் அறிவித்துவிட்டு அமைதியாக இருப்பதும் அழிவு. இதெல்லாம் எப்படி நிகழ்ந்தது, எவ்வாறு அது நிகழ்ந்து கொண்டிருக்கிறது என்பதை நிகழ்த்திக் காட்டும் போது கலையும் படைப்பும் உருவாகின்றன, தொன்மை கடந்த நிலையில் தம்மை உருவாக்கிக் கொள்கின்றன, தொன்மம் போலத் தோன்றவும் செய்கின்றன. மாற்றங்களை அழித்து மனிதர்களின் மூளைகளை ஆயுதக் கிடங்காக்கிய இன்றைய மானுட அரசியலுக்குள் உயிருடன் இருப்பதே பெரும் கலகம், தினம் சில கொலைகளைச் செய்யாமல் இருப்பதே பெரும் புரட்சி, மனித மாமிசம் புசிக்காமல் இருப்பதே பேரன்பு எனக் கேட்கும் குரலை முற்றிலுமாக ஒதுக்கிவிட முடிவதில்லை.

இது இன்மையின் எழில் உருவாக்கம், பின்நவீனப் பெருந்திளைப்பு. சொல் அற சும்மா இரு என ஓயாமல் சொல்லிக் கொண்டோ பாடிக்கொண்டோ சில சமயம் சைகளால் நடித்துக் கொண்டோ இருப்பது.

ஆன்மீகம் என்ற கற்பிதம் பற்றியும், அன்பு என்கிற தன்னுருவாக்கக் கேளிக்கை பற்றியும் எழுதும்போது அதுவே ஆன்மீகம் போலவும் பேரன்பு போலவும் தோற்றம் தரும் அவ்வளவே. அதனை நம்பிக்கொண்டு நானும் மகான்தான் நானும் மகாகவிதான் என்று சொல்லிக் கொண்டு அலைந்தால் அது தொன்மத் துன்பியலில் கொண்டு சேர்த்துவிடும். இந்தத் தற்புனித நிலையுடன் எனது பெயரும் இணைந்திருந்த போது தாளமுடியாமல் தவித்தேன், தப்பித்து ஓடி ஒளிந்தேன், கவிதைகளைச் சில காலம் தவிர்த்தேன். அதன் இடைக்கால (2007-2019) தொடர்வலி கடந்து இப்போதுதான் உயிர்த்திருக்கிறேன். சொல்லெரிந்த வனமாகக் கிடந்திருக்கிறேன் பல காலம், இப்போதுழுது சொல்பெருகும் வனத்திற்குள் நுழைந்திருக்கிறேன்.

உருவாக்கம் அழகு, உருவாக்கம் இன்பம், பின்நவீனக் கவிதை பொருளழிவின் திளைப்பு, தான் அற்ற நிலையறிதலின் பெருங்களிப்பு. அதனையே எனது கிரணம் கவிதைகளில் (1986-89) பிரேதா என்ற பெயருடன் நிகழ்த்திக் காட்டினேன். தொன்மக் கவிதையியல், தீமையின் அழகியல், பித்துநிலை பெருங்கொண்டாட்டம், பாலியலின் இருநிலைத் துன்பியல், தானழிதலின் மொழி நிகழ்வு என பலவற்றைக் கவிதைகள் வழி தமிழுக்கு அறிமுகப்படுத்தியிருக்கிறேன், அதனால் எதையும் நான் பெறவும் இல்லை இழந்து

போகவுமில்லை. எனக்கு மீந்ததெல்லாம் எனது கவிதைகள் மட்டுமே.

இவை எதிலும் நான் இருப்பதுமில்லை இல்லாமல் போவதுமில்லை. கிரணத்திற்குப் பிறகு வந்த தமிழக் கவிதையில் மட்டுமல்ல புனைவெழுத்து, புனையா எழுத்து அனைத்திலும் பிரேதா, அதீதன், ஆத்மார்த்தி, அரூப சைத்திரிகன், பிரேதன் என்ற பித்துருவங்கள் அலைந்து கொண்டே இருக்கிறார்கள் பிரேம்தான் இந்த உருவங்களில் அலைகிறான் என்பதே பலருக்குத் தெரியாது. இந்த உருவங்களை அறியாமல், அவற்றின் வடிவமும் இயக்கமும் அறியாமல் அவற்றின் சாயல்களை மட்டும் தம் எழுத்தில் படியவிட்ட பலர் இரக்கத்திற்குரியவர்கள், அதன் பெருந்திளைப்பைத் துய்க்க இயலாமல் பெருஞ்சுமையைச் சுமந்து கிடக்கிறார்கள். பிரேதா என என்னை வாசித்தவர்கள் இரண்டு பிரிவாய்ப் பிரிந்தனர், பெருங்கவிதை அல்லது பெருந்தீமை என எதிரெதிர் நிலையில்தான் என்னை அடையாளம் கண்டனர்.

பிரேதா என்ற பெயரையும் அதீதன் என்ற பெயரையும் இன்றும் புதிதாகப் புரிந்து வாசிக்கும் யாரும் காதலின் மிருகவடிம் கொள்கின்றனர். பிரேம் எழுத்தில் காதல் என்பது வேறு ஒன்றுமில்லை: தான் மற்றும் பிற பற்றிய கற்பிதம். உங்கள் இறப்பையும் அழிவையும் கண்ணீரையும் வலியையும் தம் மகிழ்வாக உணராத மற்றொரு உடலுடனான இடைக்கால இணக்கம். அது மொழியாகத் திரியும் போது கவிதை நிகழும்.

மொழியின் சொல்லும், ஓசையும் கவிதையின் முதல் பெருங்காமம். மொழி தவிர ஏதுமற்ற நிகழ்நிலைக் கவிதைகள் எந்த ஒரு உண்மையை மட்டுமல்ல எந்த

ஒரு பொய்யையும் கூடச் சொல்வதில்லை. சொல்லுதல் தவிர அதற்கு வேறு எதுவும் தெரியது, சொல் அதுவே பெரும் திளைப்பு, சொல்ல முடியாதவற்றிற்குள் பதுங்கும் பெருங்களிப்பு.

தன்னை அறிதல், அறிவித்தல் என்ற நவீன நம்பிக்கையும் பிரம்மத்தை அறிதல் பிரம்மத்தை அறிவித்தல் என்கிற தொன்ம நம்பிக்கையும் ஒரு நூலிழையின் இருமுனைகள். தன்னழிவு அல்லது தானற்ற தன் நிகழ்வு இதனைச் செய்து பார்ப்பதுதான் கவிதை என உணராமல் பின்நவீனக் கவிதையியல் வசப்படாது. தன்னழிவின் மொழி வடிவம், மொழியடையும் பிறவடிவம், தன்னைப் பலவாக்கும். தன்னை உறுதி செய்யும் முயற்சியெல்லாம் தன்னுறைவாகும். இந்தத் தன்னுறைவே எனது இடைக்காலத் துயரம். இடையில் நிகழ்ந்து முடிந்த எனது துயரம் கடந்து, இடைக்கால இருள் வெளியில் இருந்து தப்பிப் பலவாய் மீந்துள்ள மொழிகொண்டு மீண்டும் இப்போது எழுதிக் கொண்டிருக்கிறேன்.

இஸ்லாமியக் குடியிருப்பு ஒன்றை நோக்கி தீப்பந்தங்களுடனும் கொடுவாளுடனும் ஓடிய கூட்டத்தில் பத்து வயதும் முடியாத இரண்டு மூன்று சிறுவர்களைப் பார்த்துப் பதுங்கித் தப்பித்து உயிர் பிழைத்திருக்கிறேன் ஒரு முறை, இருந்தும் இப்போது எழுதிக் கொண்டிருக்கிறேன்.

ஓர் ஆண்டு உலகப் பெண்கள் தினத்தன்று ரிக்ஷாவில் செல்லும் பெண்களை எல்லாம் நிறுத்தி தொட்டுக் கொடுத்து போ, போ எனச் சிரிக்கும் பைக் இளைஞர்களைக் கண்டு பயந்து காவல் நிலையத்தில் போய் முறையிட்டேன், காவல் அதிகாரிகள் “அதெல்லாம் ஒன்னுமில்ல புரபொசர் சாப்

ஹோலி மாதிரிதான் இதுவும் வருஷம் ஒரு தடவ இப்படித்தான் நடக்கும், பசங்கன்னா இப்படித்தான் இருப்பாங்க, தொடுவாங்க மத்தபடி ஒன்னும் செய்ய மாட்டாங்க, நீங்க பத்திரமா வீட்டுக்குப் போங்க" என்றார்கள். வெளியே நின்ற இரண்டு மூன்று இளைஞர்கள் "கியா அங்கிள்ஜீ இதர் ஆயியே" என மிரட்டிச் சிரித்தார்கள். நடுக்கத்துடன் சைக்கிளில் தப்பி வீடு வந்து சேர்ந்து உள்ளே பதுங்கினேன், அன்றிலிருந்து இன்னும் அதிகமாக எழுதிக் கொண்டிருக்கிறேன்.

ஒரு இலக்கியப் பத்திரிகைக்கு பதினைந்து பக்கத்துக்கு கவிதைகள் அனுப்பி வைத்தேன் அதன் கவிதைப்பகுதியை பார்த்துக் கொள்ளும் 'ஒருதொகுதிக் கவிஞர்' மாதம் கழித்தும் அதனைப்படிக்கவில்லை என்று சொன்னாராம். எனக்கே இந்த நிலையென்றால் புதிதாய் எழுதும் கவிக்கு என்ன நடக்கும் நினைத்துப் பார்த்து உரக்கச் சிரித்தேன். இருந்தும் இப்போது எழுதிக்கொண்டிருக்கிறேன் தினம் ஒரு கவிதை. இவன் வெறும் மொழிபெயர்ப்பாளன்தான் என்ற நகைப்பொலியையும் சிலரிடம் கேட்டிருக்கிறேன், இருந்தும் வாரம் ஒரு கதையை இப்போது எழுதிக் கொண்டிருக்கிறேன், முதல் தொகுதி வர உள்ளது.

சிகிச்சைப் பலனளிக்காத நிலையில் இன்னும் ஒரு ஆறுமாதம் மருந்து சாப்பிடுங்கள் மீண்டும் பார்க்கலாம் என்ற மருத்துவர் விடைபெறும் போது எழுந்து கையைப் பற்றி "எழுதுங்க புரபொசர், மலையாளத்தில் எழுதினால் நானும் படிப்பேன்" என்றார். ஆறு ஆறு மாதங்களாகத் தொடர்ந்த அந்த சிகிச்சைகள் கடந்தும் இன்னும் உயிர் வாழ்வதுடன் ஏனோ தமிழிலேயே

எழுதிக்கொண்டிருக்கிறேன். இனி தொடரும் எனது எல்லை தாண்டும் இலக்கிய ஆக்கங்கள்.

அந்த வரிசையில் பிரேம் என்ற பெயர் பதிந்த என் முதல் தொகுப்பு இது. பிரேதாவாக இருந்து பிரேமாக மாறியவன் முழு உருமாற்றம் இது. அதனால் பிரேதாவின் பிரதிகளையும் கிரணம் (1985-90) கவிதைகளையும் பிரேமாக இருந்து வெளியிட வேண்டும், அது விரைவில் அச்சாகும்.

இத்தொகுதி ஐந்து தலைப்புகளைக் கொண்டது, நான்கு தலைப்புகள் மட்டும்தான் அட்டையில் உள்ளன. ஐந்தாவது தலைப்பு உள்ளே ஒவ்வொரு பக்கத்திலும் தப்பி மிதந்து நழுவி ஓடிக் கொண்டிருக்கிறது. இறுதி வரைக்கும் தப்பி ஓடலாம், கவனமாக இருங்கள், கண்டறிவீர்கள்.

பிரேம்

தில்லி பல்கலைக் கழகம்
15, தீம்பனி மாதம், 2019

உள்ளடக்கம்

சொல்லெரிந்த வனம் 21

1. சொல்லெரிந்த வனம்
2. போர்க்கள விருந்து
3. இரு உலகம் ஒரு மர்மம்
4. போராளிகள் பற்றிய புகழ்ப்பாடல்
5. பெருநகரம் இருள் பயணம்
6. யாரும் பெண்ணியவாதியாக மாறத்தேவையில்லை
7. ஈன்று புறந்தருதல்
8. அணில்கள் அறியா உலகம்
9. அருட்பெருங்கனவு தனித்திடும் தீவு
10. காலத்தில் இரு வெற்றிடம்

சொல்லெரித்த வனம் 51

11. சொல்லெரித்த வனம்
12. மொழி மடிந்த தீவு
13. பிரபஞ்சனைச் சந்திக்க மறுத்தல்
14. முகத்துள் பதுங்கும் நாட்கள்
15. படமல்ல நிஜம்
16. தனிப்பெருந்தீவு
17. தாயறியாத சூல்
18. சுழன்றாடும் கலைஞன்
19. வளையம் வாழ் மனிதர்கள்
20. நீலநிறத்தில் ஒரு பேச்சு
21. வலி மறத்தல்
22. திரையிடும் கண்ணீர்
23. அணில் அருளும் காலம்

சொல்லுறைந்த வனம் 91

24 அழிவும் அழிவின் நிமித்தமும்
25 ஒரு பிடி உருவம்
26 உருவமற்ற ஒரு துளி
27 கதைப் பறவை
28 காடு கடத்தல்
29 அரிக்கன் மேட்டில் அமர்ந்த பெருமானே!
30 யோகினி மண்டலம்
31 அம்மா அழித்த பெண் கரு
32 வரைபட தேசம்
33 நகுலன் படித்த நாய்கள்
34 பளிக்கறை வாசகம்
35 கவிதைக்குள் ஒரு சொல்
36 ஒரு துளி
37 காணாமல் போன அம்மா
38 பாட்டி வைத்தியம்
39 தோழியர் கூற்று

சொல்பெருகும் வனம் 137

40 அணிலாடு கனவு
41 கூடுபாய்தல்
42 பெண்பால் நெய்தல்
43 மீளா வரிகள்
44 அற்றது அறிதல்
45 யமுனையில் மிதக்கும் சடலம்
46 நகுலன் அளித்த பரிசு
47 முகநூல் கலவி
48 அதீதன் அறியாத புறாக்கள்
49 முத்தக் கணிதம்
50 பிடி மணல் விரி கடல் மொழி தமிழ்

51. பிரபஞ்சனைச் சந்தித்தல்
52. குறுமரத் தீவிலிருந்து
53. அன்றன்று மீறும் தவிப்பு
54. சிறுபுலிப் பெரும் பாடல்
55. அருளும் உறக்கம்
56. பித்தன் சூடிய பிறை
57. காளிதாசன் உருவான கதை
58. புலவிப் பெருக்கு
59. பசுமைப் பண் கருணைப் பாடல்
60. வலைகோட்டுப் பெரும்பாதை
61. மழை செய்யும் மந்திரம்

சொல்லெரிந்த வனம்

சொல்லெரிந்த வனம்

இந்த ஒரு சொல்லில் தொடங்கி
நீள்கிறது என் கவிதை
மீண்டுமொருமுறை அச்சொல்லை
எழுதக் கூடாதெனச் சிணுங்கியபடி
பின்தொடரும் பிற சொற்களூடாக

முதல் சொல் தன்னைச்
சொல்லி முடியாத பின்னத்திலிருந்தும்
பின்வரும் மறுசொல் தன்னைச்
சொல்லவிடாத மறுப்பிலிருந்தும் தொடர்கிறது

ஒன்றுபோல் அமையும் எந்த மறு சொல்லாலும்
தன்னை விளக்கிவிடக் கூடாதென்னும்
முதலும் கடைசியுமான நிபந்தனையுடன்

சொன்னதைச் சரிபார்த்து
முன் சொல்லியவற்றுடன் அதன் வன்மம் தணித்து
இன்னொரு சொல்லுடன் அதனைப்
பொருத்தி நகரும் போது
மற்றொன்றுடன் இணைந்து திரிந்துபோன
தன்னைத் தான் இல்லையென
நழுவி வேறு சொற்களுக்குப் பின்
பதுங்கி நிற்கும் எச்சொல்லையும்
தவிர்க்க இயலா தடுமாற்றத்துடன்

பின்வந்து மோதிக் கவியும் அலையுள்
முன்னலையை மறைத்துக் கொண்டு
ஓயாமல் தொடரும் நீரின் மறதியுடன்

திசைக்கொன்றாய் இழுக்கும்
பகைப் புற்றின் எறும்புகளுக்கிடையில்
அலைபடும் புழுவின் குற்றுயிர் நெளிவுடன்

திரிபடையும் சொல்

வெட்டி நீக்கப்பட்ட உடலுறுப்பொன்றை
வெறித்துப் பார்க்கும் விழிகளுக்கும்
வலியிலிருந்து தப்பிக்கத் துடிக்கும்
உடலுக்கும் இடையிலான நினைவுடன்

திசை மறுக்கும் சொல்

ஓசைகளும் ஒலியின்மைகளும்
உச்சரிப்புகளும் உள்மூச்சுகளும்
பெருகிய வலிகளும் பித்துகொண்ட களிப்புகளும்
உயிர்ப்பின் சுழிப்புகளும் உடல்சிதறும் வெடிப்புகளும்
நிரம்பிப் பாயும் கனவுகளின் பரப்பில்

மிதந்தலையும் அந்த ஒற்றைச் சொல்லிலிருந்து
குமிழ்ந்து நுரைக்கிறது

இவ்விதம் மீந்த சொல்

பெருங்காட்டுத் தீயணைந்த
சாம்பல் வனத்தின் மேல்
வட்டமிடும் கழுகுகளுக்குத் தெரியாது
வெந்த உடலுடன் அசைவற்றுக் கிடந்தாலும்
சூல் கொண்ட விலங்குகளின் மூச்சிளைப்பிற்குள்
நெளிந்தபடி கிடக்கின்றன ஈனப்படாத கன்றுகள்.

போர்க்கள விருந்து

உடைபட்ட ராணுவத் தளவாடங்களும்
கவச வாகனங்களும் பீரங்கி வண்டிகளும்
கைவிடப்பட்ட விமானங்களும் நிலமெங்கும்
நிரப்பப்பட்ட ஊர்கள் எல்லாம்
பிள்ளைகளின் ஓயாத விளையாட்டுக் களமாகின்றன
பதுங்கி விளையாடும் குழந்தைகள்
பிடிபட்டவர்களின் தலையில்
நசுங்கிய கவசங்களைப் பூட்டி
கைகொட்டிச் சிரிக்கிறார்கள்
கொடிபடர்ந்த பீரங்கி வண்டிகளுக்குள்
புதிய காதலர்கள்
தம் தேகங்களை அறிந்து கொள்கிறார்கள்
ஆணிகள் குமிழ்கள் வளையங்கள் கொண்ட
புதியவகை அணிகலன்களை தூரதேசங்களில்
பரப்புகிறார்கள் நாடோடிக் கலைஞர்கள்
நாள்முழுக்க உலோகங்களைப்

பொறுக்கிப் பதுக்கும் குழந்தைகளும்
உருக்கி வார்த்து உருமாற்றி
சந்தையில் விற்கிற பெற்றோர்களும் உள்ள வீடுகளில்
அவ்வப்போது விருந்துகள் நடக்கின்றன.

"உயிர்த்திருத்தல் பற்றிய கற்பிதங்கள் எல்லாம்
கலைந்த பின் உனக்கும் எனக்கும் மீந்திருக்கிறது
இரண்டு அடையாளம்
இதற்கு முன் இந்த உலகில் எப்போதும்
இருந்திராத இரண்டு உடல்கள்
இனிவரும் யாரும் கற்பனை செய்ய இயலாத
இரண்டு மனங்கள்."
எனக் கவிதையெழுதி கடக்க முடியுமா
இதை மட்டுமல்ல யாருடைய துயரத்தையும்.

இரு உலகம் ஒரு மர்மம்

திட்டமிடப்படும் தினப் படுகொலைகள்
அதற்குப் பிறகான பின்னிரவு விருந்துகள்.

கனிமங்கள் புதைந்த மண்ணைவிட்டுத்
துரத்தப்படும் தொல்குடிகள்.

எண்ணெய்க் கிணறுகளுக்கு இடம் ஒதுக்க
வான்வழித்தாக்குதலில் தகர்க்கப்படும் நகரங்கள்.

உற்பத்தியான ஆயுதங்களை
விற்பனை செய்துவிடத் தோதாக
உருவாக்கி அளிக்கப்படும்
உள்நாட்டுத் தொடர்போர்கள்.

உயிரியல் தொழில்நுட்பத்தால் உருவாக்கப்படும்
நோய்களுக்கும் மருந்துகளுக்கும்

உயிருள்ள சோதனைக் குழாயாகும்
வறண்ட நிலக் குழந்தைகள்.

உலகைச் சிலநொடிகளில் உயிரினமற்றதாக்கிவிடும்
தியானத்தில் போராயுதங்கள்.

பால் வறண்ட காம்பினைச் சப்பியபடி
உயிர் வற்றும் கருப்பினக் கண்கள்.

உடலுடன் பொதிந்த பட்டையுடன்
விழாக்கூட்டங்களில்
உலவிக் கொண்டிருக்கும் மனிதவெடிகள்.

முகாம்களில் இருந்து வண்டிகளில் ஏற்றப்படும்
பதின்ம வயது சிறுமிகள் சிறுவர்கள்.

செயற்கைக்கோள் விழிகளால்
ஓயாமல் உற்று நோக்கப்படும்
மலையின மக்களின் தற்காப்புப் பயிற்சி முகாம்கள்.

நிறுத்த முடியாத போரில் சிக்கிய
தீவின் விளிம்பில் சில லட்சம் உடல்கள்.

படிக மின்திரைகளில் மட்டும் எஞ்சியிருக்கும்
பறவையினங்களின் வண்ணங்கள்.

ஒவ்வொரு அணுவெடிச் சோதனையிலும்
அறுபடும் நிலத்தின் வேர்கள்.

அச்சத்தில் உறைந்த உடல்கள்
ஒவ்வொரு கனவிலும் மிதந்து
விழிப்பில் ஒதுங்கி உயிர் பெறுகின்றன.

பற்றிக் கொள்ள நீளும் விரல்களின் நுனியிலும்
மறுத்து விலக்கும் நகங்களின் கூர்மையிலும்
தொக்கி நிற்கின்றன இரண்டு வேறு உலகங்கள்.

பற்றிக் கொண்ட விரல்கள் வேறெந்த விரல்களையும்
பற்றி விடாமல் நெரிக்கும் போது
நழுவத் தொடங்குகிறது
இருக்கும் இன்னொரு உலகும்.

போராளிகள் பற்றிய புகழ்ப்பாடல்
(முற்றிலும் பிழையான ஒரு பதிவு எனத் தோன்றுகிறது)

நான் வெறும் தகவல் சுமப்பவன் மட்டுமே
எனது வீட்டுக்கான வாடகையும்
வேறு யாரோ தருவதுதான்
இவர்களுக்கு மட்டுமில்லை
இன்னும் சிலருக்கும் நான் உதவிசெய்கிறேன்
ஆயுதச் சந்தை பற்றித் தெரிந்திருந்தும்
அதற்குள் நான் சென்றதில்லை
எனது வேலை தகவல் மட்டுமே
ஊடகத் துறையின் ஆள் என்பதால்
அடையாளத்தில் சிக்கல் இல்லை
என்னுடைய நண்பர்களில் இருவர்
ஒரே குழுவில் இருந்த போது
என்னை இதில் சேர்த்து விட்டனர்

புத்தகங்கள் கலைப்பொருள்கள்
பழங்கால வெங்கல விளக்குகள்
இன்னும் உடையாத இசைத்தட்டுகள்
இனிமேல் இயக்க முடியாத
கைத்துப்பாக்கிகள் நிறைந்த
எனது சேகரிப்பை யாரும் பார்க்கலாம்
யாரும் பார்க்க முடியாத ஒன்று
நான் பொத்தி வைத்திருக்கும் புகைப்படங்கள்
நூறு இருநூறு இல்லை அதற்கும் மேல்
அத்தனையும் மார்பளவுப் படங்கள்
அதில் என் நண்பர்களும் உள்ளனர்
கறியும் மதுவும் பள்ளிக்கால நினைவுகளும்
பெருகி நுரைத்த இரவொன்றில்
அவன்தான் தொடங்கினான்
இயக்கத்தை விட்டுப் போவதென்றால் சரி
இன்னொரு இயக்கத்தில் சேர்வதென்றால்
தண்டனையுண்டு தெரியும்தானே
நான் இப்போது எந்த இயக்கத்திலும் இல்லை
வெளிநாடு போகப்போறேன் தூங்கவிடு
நழுவிச் சென்றான் இன்னொருவன்
அவன் என்னைப் பார்த்து புன்னகைத்தது
அச்சத்தைத் தந்தது
தலைமையகத்திற்கு என்ன சொல்ல
பேச்சற்று இருந்த என்னிடம் சொன்னான்
இந்த வேலை எனக்குத்தான் தரப்பட்டுள்ளது
அதிகம் பழக்கமற்ற அந்த மதுவின்
இறுதி மிடறையும் விழுங்கி எழமுடியாமல் எழுந்தான்
அமுங்கிய வெடிச்சத்தம்
அறையைவிட்டுச் சென்ற சில நிமிடங்களில்
தொலைபேசியில் அவர்களை அழைத்தேன்
என் அறைக்கு யாரும் வரவுமில்லை
அன்று அறையில் இருந்து யாரும் செல்லவுமில்லை

இந்தப் புகைப்படங்களின் பின்னே
எழுதியுள்ள பெயர்கள் நான் வைத்தவை
அதில் உள்ள ஒரு படம் மட்டும் என்னுடையது
பதினான்கு வயது
இரண்டு பக்கத்திலும் இருந்த உருவங்கள்
வெட்டி நீக்கப்பட்ட படம்
தோற்றம் மறைவு இரண்டும் வெற்றிடம்.

நான் வெறும் தகவல் தருபவன் மட்டுமே
அத்துடன் கலைப்பொருள்கள் சேகரிப்பவன் கூட
மிகப்பழைய இசைத்தட்டுகள்
அத்துடன் இனி இயக்கமுடியாத கைத்துப்பாக்கிகள்.

(மே மாதங்கள் அற்ற காலண்டர்கள் என்ற
நினைவுக் குறிப்புகளை எழுதியவன்
மொழிபெயர்த்த லத்தீன் அமெரிக்கக் கவிதை)

பெருநகரம் இருள் பயணம்

இரவு மெட்ரோ வண்டி
இருபது முப்பது பேர் மட்டும்
சற்று ஒதுங்கிய இடத்தில்
ஒட்டியமர்ந்த இருவர்
இளைஞன் அலைபேசியை அழுத்தி
தன் நண்பனிடம் சொல்கின்றான்
இவளுடன்தான் இருப்பேன் இந்த இரவு முழுக்க
படத்திற்கு தன் பாதி முகத்தை மறைக்கிறாள்

அவளோ எதிர்பாராத அலைபேசி ஒலியில்
கையை இறுக்கி உதறியபடி
சற்று விலகிப்போய் சொல்கிறாள்
நானும் இன்னும் மூன்று பேரும்
வீடுவரை வந்துதான் செல்வார்கள்.
வெளியே சூலம் ஏந்திய
இளைஞர்களின் இரவு ஊர்வலம்

களியாட்டப் பெருமேளம்
இளைஞன் தனியே போய் கூட்டத்தில் கலக்கிறான்
பெண் கழிபறையில் பதுங்குகிறாள்
மீண்டும் ஒலிக்கிறது அலைபேசி
ஆமாம் ஊர்வலத்தில் சிக்கிக் கொண்டோம்
நேரமாகும் போல
பயமாகத்தான் இருக்கிறது.
மீண்டும் அவள் வண்டிக்குள்ளேயே போய்
அமர்கின்றாள்
இரண்டு மூன்று முறை எதிர் எதிர் திசையில்
ஓடிக் கடக்கிறது வண்டி
அடிக்கடி ஒலிக்கிறது அறிவிப்பு
கண்டுகொள்ளப்படாத எந்த ஒரு பொருளும்
வெடிகுண்டாக இருக்கலாம்.

(பெருமித ஊர்வலம் ஒன்றில் விநியோகிக்கப்பட்ட பத்திரிகையின் பின்னட்டையில் இருந்த ஹிந்திக் கவிதை என் மாணவர்கள் துணையுடன் தமிழில் தந்திருக்கிறேன்.)

யாரும் பெண்ணியவாதியாக மாறத்தேவையில்லை

சல்வடார் டாலியின் ஓவியமொன்றில்
பாதாள வட்டம் திறந்து மேலேறிவரும்
பேயுருவங்கள் போல
நிலத்தடிச் சாக்கடைகளின் மூடிதிறந்து
மேலேறி வரும் உருவங்களைத்
தினம் கண்டுவருகிறேன்.

குவெர்னிகா ஓவியத்தின் காளைகள் போல
வெட்டித் துண்டாடப்பட்ட
மனிதர்களைச் சுமந்து சென்ற
வண்டிகளை வேடிக்கைப் பார்த்திருக்கிறேன்.
மார்க்வெசின் காணாமல் போன ரயில்
பிணங்களுடன் எனது நகரத்திற்கு
வந்து சேர்ந்ததை ரகசியமாகப் படம்
பிடித்து வைத்திருக்கிறேன்.

பீத்தோவனை இசைக்கும் போது
உச்ச இசையில் அறுந்து விடும்
செலோ கம்பிகள் போல
குண்டடி பட்டுச் சுருண்டு விழும்
உடல்களைக் கணக்கிட்டுக்
குறித்துக் கொண்டிருந்தேன்.

முகம் முழுக்க உலோக ரவை துளைத்த
குழந்தைகளின்
முகங்களின் புள்ளிகளைச்
சரியாக எண்ணிச் சொல்லும்
இணைய விளையாட்டில் இருபத்து இரண்டு முறை
பரிசு பெற்றிருக்கிறேன்.

திரையிடும் கருவியில் சிக்கிக்கொண்ட
ஒளிப்பட்டை போல உருகிக் கரியும்
அதே அழகுடன் சில நகரங்கள் எரிக்கப்பட்டதைப்
பார்த்துக் களித்திருக்கிறேன்.

என்றாலும் இன்னும் அச்சமிருக்கிறது
இத்தனைக்கும் பிறகும் அவர்கள்
என்னைத் தம்முடையவன் என்று
நம்பவில்லையென்றால் என்ன செய்வது
என்னிடம் சில வழிகள் உள்ளன
அப்படி எதையும் நான்
பார்க்கவில்லை என்று சொல்லுவது
அதற்கும் இரங்கவில்லையென்றால்
அப்படியெதுவும் நடக்கவில்லை என்று சொல்வது
அதிலும் உடன்படவில்லையென்றால்
சல்வடோர் டாலியையும்
குவர்னிகாவையும் மார்க்வெசையும்

பித்தோவனையும் அவர்களுக்குத் தந்துவிட்டு
அவர்களிடமிருந்து ஒரே ஒரு
கைத்துப்பாக்கியை எடுத்துக்கொள்வது.
வான்கோ போல மஞ்சள் நிற
ஓவியங்களை சில மாதங்களில் வரைந்து விட்டு
கைத்துப்பாக்கியைப் பயன்படுத்துவது
எத்தனை இதமானது.

இதுவெல்லாம் கடந்தும் இன்னும் ஒரு வழியுண்டு
என் ஆணுறுப்பை அறுத்து நீக்கி
ஆறு ஆண்டுகளாகிறது என ஒரு கதை சொல்லல்.
அப்போது அவர்கள் முகத்தில்
ஒரு புன்முருவல் தவழுவதைக் காணலாம்
அதனைக் கண்ட பின் இக்கவிதை
முற்றிலும் உங்களுக்கு
வேறொன்றாய்த் தோன்றலாம்.

ஈன்று புறந்தருதல்

தேசிய நெடுஞ்சாலை இரண்டாகப்
பிரித்துப் போட்ட சேரியின்
மேல் பாதியில் மூன்றாவது வீடு
பெருநகரில் தனித்திருக்கும்
மகளின் நினைவில் சோற்றைப் பிசைகிறது கை
சில நாட்களுக்கு முன் வந்து சென்ற
பிள்ளைகள் சொன்னார்கள்
அக்காவைப் போலப் பல்கலைக் கழகத்தில்
யாரும் கிடையாது அது எங்கள் காவல்தெய்வம்

ஒரு பிடி உனக்கு மகளே
என்னும் போது மீன் சுவைக்கிறது
ஒரு பிடி மகனுக்கு என்றதும் பசியற்றுப் போகிறது
படிக்கப் போனவன் உடலாய் வந்து சேர்ந்த
நாளை நினைத்ததும் தொண்டை அடைக்கிறது

வாசலில் காத்திருக்கிறது நாய்
கைத்த காம்புகளில்
தொங்கிக் கொண்டிருக்கின்றன குட்டிகள்
தன் தட்டை நிறைத்த சோற்றையும் மீனையும்
கண்டதும் குட்டிகள் இழுபட
தாவி விழுங்குகிறது
தட்டை நக்கிவிட்டு முகத்தைப் பார்க்கும்
அதன் கண்களில் பசி இன்னும் மீதமிருக்கிறது
வடித்த சோற்றையெல்லாம்
கொண்டுவந்து வழித்த போது
முந்தானையில் முடிந்த அலைபேசி ஒலிக்கிறது

சொல்லு தாயி சாப்பிட்டியா
வழக்கம் போலவே பெருமூச்சும் சிறு கோபங்களும்

எத்தன காலத்திற்கு இப்படி தனியா
பிள்ள உனக்குப் பிறக்கும் போது
கூடவே வந்து இருக்கிறேன் போதுமா
தனியாவே குழந்தையொன்னு பெத்துக்கிட்டுமா
செஞ்சாலும் செய்வ எங்க மாரியாத்தா
பேச்சை மறைத்து வழிகிறது கண்கள்

தட்டை வழிக்கும் நாயைத்
தடவிக் கொடுத்தபடி வாசலில் உட்கார்ந்தவள்
அத்தனைக் குட்டிகளையும் அள்ளி
மடியில் வைத்துக் கொண்டாள்
இப்படித்தான இருந்த நீயும்
சொல்லு தாயி
உன்ன எங்க இருந்து எடுத்து வந்து
எங்ககிட்ட கொடுத்துப் போனான்
அடங்காத எம்புள்ள.

அணில்கள் அறியா உலகம்

புத்தகங்களைக் கொறித்து வைத்திருந்ததைப் பார்த்து
கொதிப்படைந்து அலறினான்.
காயவைத்த வாதுமைகளைக்
கவர்ந்து சென்ற அணில் கூட்டம் கண்டு
உள்ளம் பதைத்தான்.

சன்னல் ஆடியில் மேயும் அணில்களால்
உறக்கம் கலைந்து கொலை வெறியுற்றான்.

அலைபேசியில் தோழியுடன் கொஞ்சிய போதில்
மதில் புறத்தே இருந்து கூட்டமாய்க்
கீச்சுக் கீச்செனும்
கொடும் ஒலியால் நெஞ்சம் குமைந்தான்.

முகநூலில் அணிலுடன் தானிருக்கும் படம் போட்டு
அன்பை ஒருநாள் அள்ளினான்.
அணிலாடு முன்றில் கவிதையைத் தேடிப்படித்து

அதைத் தன் வெளிநாட்டுத் தோழிக்கு அனுப்பினான்.
தூய இந்தியா துலங்கும் பாரதம் என்றொரு
தொடருக்கு ஒப்பந்தம் ஆனதைக் கொண்டாட
நண்பர்களுக்கு விருந்தளித்த போது
தோட்டம் முழுக்க மேய்ந்த அணில்கள்
பழங்களையும் பயறுகளையும்
கவ்விக்கொண்டு ஓடியதைக் கண்டு
பொருமிய மறுநாள்
நச்சு கலந்த பிஸ்தா பயறுகள் தூவித்
தன் உதவியாளனுடன்
மறைந்து நின்ற பார்த்துக்கொண்டிருந்தான்.

நகரத்தில் படுகொலைகள் தொடங்கிய போது
பள்ளித் தோழியின் வீட்டைச் சூழ்ந்த
எட்டு இளைஞர்களில் ஒருவனாய் இருந்து
புணர்ச்சி பழக முயன்ற சமயம்
எங்கிருந்தோ ஓடிவந்த ஒரு அணில்
தனக்கு முன்னால்
நமாஸ் செய்வதைப் பார்த்ததும்
விரைப்பிழந்து குன்றினான்.

கம்யூனிஸ்ட்டு குடும்பம் எனத்தெரிந்தும்
உன்னை ஏற்றுக் கொண்ட எனக்கு
இதுவும் வேண்டும் இன்னமும் வேண்டும்
அழுது நின்ற அவளிடம் பேசிக்கொண்டிருந்த போது
பின் கழுத்தில் வழிந்த ரத்தம் அணில் கடியால் என்று
அறிந்த போது குழம்பத்தில் அலறினான்.

நாடகப் பயிற்சி முடியும் வரைத்
தன்னை வந்துச் சந்திக்க வேண்டாம் என ஒரு
குறுந்தகவல் கண்ட அன்று
வேலியில் புணர்ந்திருந்த அணில்களைக்

கல் கொண்டு விரட்டினான்.
சன்னலுக்கு வெளிப்பக்கம்
கண்ணாடிச் சில்லுகள் நட்டு
அணில்களின் ஆட்டத்திலிருந்து
தன்னைக் காத்துக்கொண்டான்.

கஷ்மீரில் இனித் தோட்டம் வாங்கலாம்
என அறிவித்த அன்று
நண்பர்கள் விருந்தில் கலந்து கொண்டவன்
வீடுதிரும்பிய போது தோட்டத்துக்
 கல்லில் உறங்கிக் கொண்டிருந்த
அணில் ஒன்றை பூட்ஸ் காலால்
நசுக்கிக் கொண்டாடினான்.
மெட்ரோ ரயிலுக்காகக் காத்திருந்த கூட்டத்தில்
அலைபேசியில் புதைந்திருந்த ஒருவன்
நடுப்பாதையில் விழுந்து நசுங்கியதாய்ச்
செய்திக் காட்சிகள்
நிமிடத்திற்கொருமுறை காட்டிக் கொண்டிருந்தன.
ஒளிப்படக் காட்சியை ஆராய்ந்து கொண்டிருந்த
நிபுணர்கள் மூவரும் குழம்பிப் போயினர்
கூட்டம் அதிகமற்ற விதான் சபா மெட்ரோ
இருந்தவர்கள் இருபது முப்பது பேர்
அவனோ பாதைக்கு வெகுதூரம் தள்ளி நின்றபடி
மூன்றாம் தோழியுடன்
சல்லாபித்துக் கொண்டிருக்கின்றான்.

யார் அவனைத் தள்ளி வந்து பாதையில் எறிவது.
அணில்வடிவ முகமூடியணிந்த
ஐந்து ஆட்கள் என்கிறது ஒரு தகவல்.
மனித முகமூடியணிந்த
ஐந்து அணில் குஞ்சுகள்
எனச் சொல்கிறது மற்றொரு தகவல்.

அருட்பெருங்கனவு தனித்திடும் தீவு

தீவு அல்ல அது வெறும் தோற்றம்
தீய்த்தெரிக்கும் கொடுங்கனவு
எனச் சொல்லித் திணறுகிறது மனம்
தீவின் திசையில் இருந்து
தசைகருகிய நெடி உறக்கத்தைக் கலைக்கிறது

தொடுவானில் சுருள் மண்டும்
தீயின் வெறியாட்டம்
மேகங்கள் தாண்டிப் பறக்க முடிந்த
கழுகுகளைத் தவிர
வேறு சில பறவைகளும்கூட மிஞ்சவில்லை
கரிந்த இறக்கை கொண்ட ஒற்றைப் பருந்து
சொல்லிவிட்டு மறைகிறது

உருகி வழியும் ஊன்பெருக்கு
கடல் பாய்ந்து குளிர்ந்து

உருத்திரிந்த உயிரிகளாய்க் கலைகிறது
மனித உறுப்புகளின் வடிவத்தில்
திரள் திரளாய்க் கடலுயிர்கள்

தீவுகள் இருந்த இடத்தில்
அலையடங்கிய ஆழ்கடலும்
புதிதாய் மேலெழுந்த தீவுகளில்
கோரைப்பல் முளைத்த தாமரைக் காடுகளும்
செயற்கைக்கோள் படங்களாய்ப் பதிகின்றன

ஏதோ ஒரு பெருந்தீவு முழுக்க
உடைந்த பொம்மைகளின் குவியல்
வேறு சில தீவுகளில் ஊனமுற்ற செயற்கைக் கால்கள்
இன்னும் சிலவற்றில் தோட்டா குமிழ்களின் குன்றுகள்
சிலவற்றில் பறவை இறகுகளின்
பெருமலைக் குவியல்கள்
எனச் சொல்கின்றன தொலைக்காட்சிச் செய்திகள்

பெருங்கண்ட நிலப்பரப்பு ஒன்று
புதிதாக மேலெழுந்து நீர் வடிக்க
கிளை பிரிந்த நதிகளில் எல்லாம்
கருபொதிந்த பனிக்குடங்கள் மிதப்பதாக ஒரு தகவல்.

இருளாத இரவுகளும்
கரித்துகளாய் இறங்கும் மழையும்
அடர்நீலப் பனிப்பொழிவால்
மூடுண்ட நகரங்களும்
பதிவுசெய்யப்பட்ட குரல்கள் மட்டும்
ஒலிக்கின்ற தொலைபேசி இணைப்புகளும்
மனிதத் தொடுகைகள் தீராத
தொற்றுநோயாய் மாறியபின்

கணினிவழி மட்டும் நிகழும்
கால அளவு கொண்ட களிப்புகளும்
அளவெடுத்துத் துல்லியமாய்
செய்யப்பட்ட உறுப்புகளை
பருவங்கள் தோறும்
வாங்கிப் பொருத்தி மகிழ
ஏதுவான இணையச் சந்தைகளும்
வளர்க்க நேரமற்ற பெற்றோர்கள்
தம் சிசுக்களைப் பதப்படுத்தி வைத்து
பல ஆண்டுகள் வந்து பார்த்துச் செல்லும்
பேழைகளைப் பாதுகாக்கும்
உயர்தொழில் கூடங்களும்
புகைப்படங்களை வெளியிட்டு
அவர்களைக் கொலை செய்யும்
வீடியோவை இணையத்தில் முதலில் பதிபவருக்கு
சன்மானம் வழங்கப்படும் எனச் சொல்லும்
ஞாயிற்றுக் கிழமை விளம்பரங்களும்
பயன் மதிப்புக் காலம் முடிந்து விட்டதால்
மருத்துவ முறைப்படி வந்து உடலை
ஒப்படைக்கத் தேதி அறிவிக்கும்
அரசு முத்திரையிட்ட கடிதங்களும்
இயல்பாக புழக்கத்தில் உள்ள
ஒரு காலத்தில் எழுதப்பட்ட
இக்கவிதையை வாசிக்கும் போது.

கலைந்து போன உறக்கம்
இனி ஒரு போதும் கனவுகளைக்
கொண்டுவரப்போவதில்லையா

விழியைத் தைத்த கம்பி முடிச்சுகளைப்
பிரிக்கத் துடிக்கும் விரல்களைத்

தடுத்து வருடின பிஞ்சு விரல்கள்
விரல்களுக்கான உடலைத் தேடிய
கையில் தட்டுப்பட்டது வெற்றிடம் மட்டுமே
அவை விரல்கள் தவிர வேறில்லை.

இமையை வருடிய விரல்கள் சொல்லின
நீ மட்டுமென்ன உன் விழிகள் மட்டும்தான்
உனது கனவுதான் எனது விழிப்பு
எனது விழிப்பே உனது கனவு
நாம் மீந்திருப்பது இன்னொரு தீவு.

தனி

உறக்கமும் விழிப்பும் ஒரு உடலைத்
தனித் தனியே கவ்வித்தின்னும் இருவேறு உயிரிகள்
இரண்டுக்கும் இரையாகிய பின்னும்
மீந்திருக்கும் ஒன்றுதான் உன் உடம்பு
எனச் சொல்கிறது ஒரு தனிப்பாடல்.

தீவுகள்

கடலால் சூழப்பட்டவை கண்ணீரால் கவியப்பட்டவை
கனவு விழுதுவிட்ட காடுகளைச் சுமந்தவை
பெருமூச்சால் அலைக்கழிக்கப்படுபவை
எதிர்ப்படும் உயிரிகளின் உருவங்களையே
தாம் கொள்ளும் பலநூறு
உயிரினங்களால் நிரப்பியவை
இமைநொடிக்கொருதரம் இடம் மாறி அமைகின்ற
மலைகளைக் கொண்டவை எனக்கூறும்
பாடல்களைப் பாடித் திரிகிற
பாடினிகளைக் கொண்ட இச்சிறுதீவில்
உயிர்நீங்கும் உடல்கள் தமக்குப் பிடித்தமான

பறவைகளின் நிழல்களாகிப் பறப்பதாக ஒரு
பழங்கதையுண்டு.

அருள்

தீயெனயெரியும் உடல் தகிப்பில்
தீராவலியின் பெருந்துடிப்பில்
கீறிய உடலின் சிறுநொடிப்பில்
கிழிபடும் கருக்குட நுண்பிளவில்
பாய்கிற கணங்கள் பல கடந்து
நீயென ஒன்று நிகழ்வதற்கு
நினக்கும் வாய்ப்பது பேரருளாம்.

கனவு

சதுரங்கள் செவ்வகங்கள் முக்கோணங்கள்
சாய்தளங்கள் சரிவிகிதக் கோடுகள்
சமச்சீர்த் தளங்கள் சற்றும் பிசகாத மின்துகள்
பின்னல்கள்
கூடி இழைத்த கோலங்களின் வளையப் பாதையில்
ஓயாமல் நழுவிக் கொண்டிருக்கிறது ஒரு புள்ளி
உன்னையும் என்னையும்
ஒவ்வொரு நொடியிலும் துளைத்தபடி.

காலத்தில் இரு வெற்றிடம்

உறைந்து படிந்த காலத்தின் பாறை
ஒரு மலர் ஒரு இலை
சற்றே கலைந்த கொடியின் கோதுகள்
படிகமாகியிருந்தன
சற்று முன் இருந்து அப்பொழுதுதான்
பறந்துவிட்ட பட்டாம்பூச்சி
தப்பித்த சுவடு தெரிகிறது
அதன் மறுக்கமுடியாத வெற்றிடத்தில்
ஒவ்வொரு பளிங்கிலும்.

குகையில் வரையப்பட்ட
போர்க்காட்சி ஓவியங்கள்
ஒவ்வொன்றிலும் இரண்டு குழுக்கள்
ஒரு குழு மஞ்சள் மறு குழு நீலம்
சிலவற்றில் பச்சை சிவப்பு
சிலவற்றில் கருப்பு வெள்ளை

ஆயுதங்களும் ஒவ்வொரு விதமாக
நிலத்தில் விழுந்து கிடக்கும் உடல்களின்
வண்ணம் மங்கலாக
ஒவ்வொரு போர்க்களமும் வட்ட வடிவத்தில்
எல்லா ஓவியங்களின் நடுவிலும் ஒரு வெற்று வட்டம்
அதில் ஒரே ஒரு வண்ணத்து பூச்சி.

மலைக்கு மறுபுறம் இன்னொரு குகையில்
கண்டறியப்பட்ட அதே வகை ஓவியங்கள்
அனைத்திலும் இசைக்குழுக்களும்
ஆடல் நிகழ்ச்சிகளும்
களிப்பினைக் காட்டும் ஏராளமான உருவங்கள்
அது போல நடுவில் ஒரு வட்டம்
அதே நிறத்தில் வண்ணத்துப் பூச்சிகள்
ஆனால் இடவலமாக மாறியிருந்தன.

தொல்பொருள் ஆய்வாளர்கள்
விளக்கமுயன்ற குறியீட்டைப் பற்றி
உயிரியல் வல்லுநர்கள் கூடுதலாக ஒரு
கேள்வியெழுப்பினார்கள்
அந்த நிலப்பகுதியில் எப்பொழுதும்
இல்லாத வண்ணத்துப் பூச்சிகள்
ஓவியத்தில் எப்படி வந்தன.

அப்பகுதியில் இன்றும்
வெட்டி இழைக்கப்படும்
பளிங்குக் கற்களில்தான்
அதற்கான விடை மறைந்துள்ளதாக
எனக்குத் தோன்றுகிறது. உங்களுக்கு?

சொல்லெரித்த வனம்

சொல்லெரித்த வனம்

இந்தச் சொல் இந்தக் கவிதையில் இடம் பெறுவது
இன்னும் உறுதியாகவில்லை
உன்னிலிருந்து தொடங்குவேன் என்றோ
உனது தொடக்கமாக நான் அமைவேன் என்றோ
ஒப்பந்தம் எதுவும் வரையப்படவில்லை
இதன் தொடக்கமாக அமைவதிலான மகிழ்ச்சியோ
இதில் படிந்தபின்
தான் அற்றுப் போவதிலான துயரமோ
இந்தச் சொல்லிடம் தட்டுப்படவில்லை ஆனால்
கவிதையின் அச்சம் காலங்கடந்தது
சொல்லுக்குத் தெரியும் தனித்திருக்கும் தந்திரம்
கவிதைக்கு இயலுமோ.

கவிதைக்கான தொடக்கம் போலத் தோன்றும்
இந்த வரிகள் உண்மையில்
என் இறப்பு பற்றிய வதந்திகளைத்

துடைத்தெறிவதற்கான தந்திரம் என
நீங்கள் சொல்லக்கூடும்
அப்படியெல்லாம் ஒன்றுமில்லை
இந்தச் சொல்லைப் போலவே இதுவும்
எந்த நோக்கமும் இன்றி இங்கே நிகழ்கிறது
இதுவரை எழுதப்பட்ட எண்ணவியலாச்
சொற்களைப் போலும்
என்னை எழுதிக் காட்டிய எண்ணத்தொலையாத
சொற்களைப் போலும்.

தீமைகளின் பெருங்களிப்பையும்
அளப்பரிய கருணையின்
தாங்கொணாத வலியையும்
உள்ளில் தேக்கிய இந்தச் சொல்
தன்னை அழிக்கச் சூழும்
சொற்களின் ஊடாகவும்
தன் நிகழ்நிலை ஒப்புருவங்களை
அலையவிடும் உத்தியறிந்த பின்
மற்றுமொரு வடிவில்
நிகழ்ந்து பார்ப்பதைத் தவிர தற்போது
வேறு எந்த நோக்கமும் இதற்கில்லை.

தலைமறைவான மாந்திரீகர்கள்
இசைக்கலைஞர்களாக மாறுவேடமிட்டு
நகரங்களில் உலவுவதைக்
கண்டறிய முடியாத உங்களுக்கு
சிசுக்கறி புசிக்கும் தேவ உபாசகர்கள்
மகப்பேறு மனைகளில் உருமாறி
கலந்திருப்பதும் கவனத்தில் வருவதில்லை
ஆனால் உங்கள் நகரத்தில் கவிதையெழுதும்
ஒவ்வொருவருக்கும் அடையாள அட்டையைக்

கட்டாயமாக்கி இருக்கிறீர்கள்
அடையாள அட்டைக்கான
கவிதையொன்றைத் தவிர
வேறு எதையும் எழுத வேண்டும் என்ற
கட்டாயம் இல்லை என்றாலும்
அடையாள அட்டை பெறுவதில் நேரும் துயரங்கள்
அளிக்கப்பட்ட அடையாளத்தைத்
தொடர்ந்து பேணுவதால் பெருகும் வலிகள்
அடையாளமிழந்து போவதின் அச்சத்தில்
நிகழும் மனச்சிதைவுகள்
அடையாளத்தைப் பரிமாறிக் கொள்வதில்
நிகழும் காதல்கள்
அடையாளங்கள் குழப்புவதால் நிகழும்
தற்கொலைகள்
அடையாளமற்றுப் போவதைக்
கொண்டாடும் கலகங்கள்
அடையாளத்தைத் துறப்பதற்கான ஞானங்கள்
அடையாளத்தை அழிப்பதற்கான சதித்திட்டங்கள்
அனைத்தையும் எழுதிப் பெருகும் கவிதைகளை
என்ன செய்யலாமென நினைக்கிறீர்கள்.

இதற்கு முன்பு எழுதப்பட்ட எல்லாக் கவிதைகளையும்
யார் யார் எதற்காக எழுதினார்கள்
என்ற பட்டியல் உங்களிடம் இருந்தால் கொடுங்கள்
இந்தக் கவிதையையும் அவற்றுடன் இணைக்கலாம்.

இந்தச் சொல் உங்களுடையது எனச் சொல்லி
மீட்டெடுத்துச் செல்ல நினைப்பீர்கள் என்றால் நல்லது
இனி எனக்கான கவிதைகளையும் சேர்த்து
நீங்களே எழுதிக் கொள்ளுங்கள்
ஆனால் ஒரே ஒரு நிபந்தனை

இந்தச் சொல் என்னிடமிருந்து
மீட்கப்பட்டது என்னும் குறிப்பை மட்டும்
ஓரிடத்தில் இணைத்து விடுங்கள்.

எந்த ஒரு சொல்லும் யார் முன்னும்
வந்து மன்றாடி நிற்பதில்லை
தன்னை ஒரு கவிதையாகவோ கதையாகவோ
துதிப்பாடலாகவோ
கலவியிச்சை தூண்டும் விடுகதையாகவோ
ஒரு கொலைத் தீர்ப்பாகவோ
ஒருவரை முற்றிலும் அற்றுப் போகச் செய்யும்
உளப்பகுப்பு நோய்க்குறிப்பாகவோ
தற்கொலைக்கு முன்னான தன்னிலை விளக்கமாகவோ
மாற்றும்படி கெஞ்சுவதுமில்லை
அதனை நீங்களாகவே கைப்பற்றிக் கொள்கிறீர்கள்
உங்களுடையதென்று சொல்லி ஏவுகிறீர்கள்
உங்களுக்கெதிராகவோ
உங்களுக்கு முரணாகவோ
செயல்படத் தொடங்கும் போது அதனை
வேறு யாரோ ஏவிவிட்டதாகப் புலம்புகிறீர்கள்

சொல்லும் சொல் கொல்லும்
கொல்லும் சொல்லைச் சொல்லும்
ஒற்றைச் சொல்லால் சொல்லும்
ஒன்றும் சொல்லாமலும் கொல்லும்

கொல்லும் சொல்லே எனினும்–அது
தன்னைத் தான் சொல்லும்
கொல்லும் சொல்தான் என்றாலும்–அதனைக்
கொல்லாதிரு மனமே.

உடலுக்கும் எழுத்துக்கும் இடையில்
ஒரு பெருங்கடல் ஒரு துளி கண்ணீர்
கடலைக் கடந்து வந்து கைப்பற்றும் சொற்கள்
கண்ணீரின் பரப்பில் திசையறியாமல் தவிக்கின்றன.

எல்லா சொற்களும் கைவிட்ட பின்
மீதமிருக்கும் ஒரு சொல்
தன்னை எரித்துக்கொள்கிறது
எரிந்தடங்கிய காடு இன்னும் புகைகிறது
மழையென்ற ஒரே ஒரு சொல்லைத்
தேடியலைகிறது கவிதை.

இப்போதும் உறுதியாகவில்லை என்றாலும்
இந்த ஒரு சொல்லில் தொடங்கி
நீள்கிறது என் மழைக் கவிதை.

மொழி மடிந்த தீவு

மீண்டும் மீண்டும் தோன்றுகிறது அத்தீவு
மீளமுடியாத துயரத்தின் விளிம்பில்
மூழ்கி மறைந்த அதே தீவு
எனது மொழியின் சொற்கள் அனைத்தும்
நெருங்கித் திரண்டு அடைந்து குமைந்து
குறுகிக் கூனி மடிந்து மீந்த
அம்மண்ணின் முடிவு

எல்லா திசைகளும் மூடிக்கொண்ட பின்
இடமற்று உறைந்த காலத்தின் கேவல்
பேச்சுக்கு முன்னும்
பேசப்படாதவற்றுக்கு உள்ளும்
சிதைந்து கிடக்கிறது நானறிந்த
அந்த ஒரே ஒரு மொழி

இனிப் பேசவும் கேட்கவும் ஏதுமில்லை எனத்
திரும்பத் திரும்பச் சொல்லிக் காட்டியபடி
விழிப்பிலும் கனவிலும்
தோன்றிக் கொண்டே இருக்கிறது ஒரு தீவு
உறைந்து போன அந்த
இரு கடல்களுக்கு நடுவே.

பின்புறம் பிணைக்கப்பட்ட கைகளுடன்
நெடுவரிசையில் நின்றவர்கள் பிறகு
எங்கே போனார்கள்
சகதிக் காட்டில் ஆடையற்று மண்டியிட்ட
பெண்கள் கூட்டம் அதற்குப் பிறகு என்ன ஆனது
ரொட்டித்துண்டு வாயோரம் ஒட்டியிருக்க
வெடிக்குச்சிகள் அடைக்கப்பட்ட பெட்டிகள் மீது
அமர்ந்திருந்த சிறுவர் கூட்டம் இருக்கும் இடமெங்கே
நெருக்கியடைத்த மனிதர்களுடன்
விரைந்த ராணுவ டிரக்குகள்
எத்தனைத் தொலைவைக் கடந்தன
பண்ணைகளில் மீந்த மனிதர்களின் பெயர்கள்
பதியப்பட்ட புத்தகங்கள் எங்கே தொலைந்தன.

தொடங்கிய போதே முடிவும் தெரிந்த
உங்கள் நிலத்தின் அத்தனைச் சொற்களையும்
மீட்டுக் கொள்ளலாம் என அறிவிப்பு வந்தது
அதன் பெயர் ஒன்றைத் தவிர.

இதுவரை நான் வாழ்ந்திராதா அந்தத் தீவில்
ஒவ்வொரு நாளும்
ஒரு முறையேனும் நிகழ்ந்து முடிகிறது
எனது மரணம்.

(நீக்கப்பட வேண்டிய குறிப்புகள், பக்கம் 2009)

பிரபஞ்சனைச் சந்திக்க மறுத்தல்

எழுத்தையும் பேச்சையும் போல
இருவடிவும் ஒரு இருப்புமாய்
இருப்பதில்லை உடலும் மனமும்
இருட்டுக்கும் வெளிச்சத்திற்கும்
உள்ளதைப் போன்று தெளிவான
ஒப்பந்தம் இல்லை சாவுக்கும் வாழ்வுக்கும்

உயிர்த்தசைச் சுண்டி ஒதுங்கும்
சங்குகளில் உயிரின் தடயங்கள் போல
உருமாறிக் கொள்வதில்லை மறதியும் நினைவும்
கடலாழ எரிகுழம்பின் கசிவும் உறைவும்
பிணைகின்ற நொடிகளின் அமைதிபோல
ஒத்திசைவதில்லை இன்பமும் துயரும்

மீந்திருப்பதன் துயரம் ஒரு நொடியும்
மீளக் கிடைத்த வாழ்தல் மறுநொடியும்

மணல் கடிகைச் சிறுதுளையாய்
பிரிக்கிறது இணைக்கிறது கனவில் நனவை

உயிர்க்கொல்லும் நோயொன்றின்
சிகிச்சைக்காக காத்திருக்கும் போது
பக்கத்தில் அமர்ந்து உங்களையே உற்றுப்பார்க்கும்
குழந்தைபோலச் சில வரிகள்
ஒற்றைச் சிறுநீரகம் அளித்து உயிர் காத்த
ஒருவரின் எதிர்பாராத சந்திப்பு போல
உறைந்து நிற்கின்ற இன்னும் சில வரிகள்

சாய்ந்து படுத்தபடி
அடுத்த கவிதைத் தொகுதி பற்றிக்
கொஞ்சம் சொல்லுங்கள்
கேட்ட மறுநாளிலிருந்து
அவரைச் சந்திக்கச் செல்லவில்லை.

முகத்துள் பதுங்கும் நாட்கள்

பதிவு செய்யப்பட்ட பெயர்களுடன்
முகங்கள் பொருந்தவில்லை
அழைக்கப்பட்ட பெயர்களில்
அங்கு யாரும் இல்லை
இருப்பவர்களைச் சேர்க்கும் கணக்கில்லை இது
இதில் இருப்பவர்கள் மட்டும்தான்
இருக்க முடியும் என்றது அறிவிப்பு

அழைக்கப்பட்ட பெயர்களை ஏற்பவர்கள்
உள்ளே செல்லலாம்
படங்களுடன் பொருந்த
முகங்கள் திருத்தப்பட அதிக நேரமாவதில்லை

காணாமல் போனவர்கள் பட்டியலில்
தம் பெயரைப் பதிந்துவிட்டு
முகத்தில் சலனமற்று உலவும்
மனிதர்கள் நெடுஞ்சாலையெங்கும்

காணாமல் போனவர்களைப் பற்றிய
பேச்சிலும் நினைப்பிலும்
காலம் பதங்கமாகி மறைகிறது

அவர்கள் தேடும் ஆட்களில் ஒருவராய்
இல்லாமல் போவதில்தான் மீள்கிறது
எமது உயிர்வாழ்க்கை

சில உருவப்படங்களைக் காட்டி
இவர்களில் யாரையாவது பார்த்திருக்கிறீர்களா
என உளவுப் படையினர் தினம் வந்து
எங்களைக் கேட்டுக்கொண்டே இருக்கின்றனர்

எங்காவது பார்த்தால்
சொல்கிறோம் என்பதுதான் பதில்

கதவுகளில் மதில்களில் சாலை ஓரங்களில்
ஒட்டப்பட்ட படங்களிடமிருந்து
தப்பி உலவிக் கொண்டிருக்கிறோம்
அவர்கள் சிதைத்த எங்கள்
முகங்களுக்குள் பதுங்கிக்கொண்டு.

படமல்ல நிஜம்

பிறந்தநாள் பரிசாக அப்பா ஒரு கைபேசியைத்
தருகிறார் தன் மகளுக்கு
அதில் தொடங்கியது அந்தச் சாவு.

தொழில் நுட்பம் அறியாத அம்மா
தந்தையைக் கடிந்துகொண்டாள்.
தனியே இருப்பவளை எப்படி நீ கண்காணிப்பாய்
இப்போது அவள் என்ன செய்துகொண்டிருக்கிறாள்
சொல் பார்க்கலாம்
எனக்கு எப்படித் தெரியும் சொல்லிவிட்டா போகிறாள்
தன் தோழிகளுடன் சினிமா பார்க்கிறாள்
உங்களிடம் சொன்னாளா
சொல்ல வேண்டியதில்லை பார்க்கிறேன்.
ஆன்ட்ராய்ட் வரிகளைப் புரியாமல் பார்த்தாள் அம்மா
சின்னக் குழந்தைகள் அவர்கள்
நாம் தான் கவனமாக இருக்கவேண்டும்
அவர்களும் நம் பிள்ளைகள் தானே.

அப்பா செல்லம் அண்ணனுக்குக் கன்றுக்குட்டி
அம்மாவுக்கோ அவளின் நிறைவேறாக் கனவு
பாட்டிக்கோ அவள் சண்டிதேவி
வீட்டுக்குப் பேரரசி
தலைவலியென்றால்கூட
மாமன் மாமி குடும்பமே கூடிவிடும்
விளம்பரத்தில் எதையாவது
இரண்டுமுறை பார்த்து விட்டாள்
அடுத்தநாள் அது அவள் அறையில் இருக்கும்
விடுமுறைகள் தீவுகளைப் பரிசளிக்கும்

மாதாமாதம் அவள் அழைப்புகளின் பட்டியலை
அப்பாவுக்குத் தருவதற்கு ஆட்கள் உண்டு
பேசுவதும் கேட்பதும் முழுதாகப் பதிவதுண்டு
அதுவரைக்கும் எல்லாமும் சரிதான்
குழந்தை அவளுக்கு என்ன தெரியும்.

திருமணத்திற்கு நாள் குறித்த போது
அவள் அம்மாவிடம் சொன்னாள்
இன்னும் படிக்க வேண்டும்.

புதிய காரொன்றைப் பரிசளித்த அண்ணன்
வருங்காலக் கணவரிடம்
அது பற்றிச் சொன்னதாக உறுதி தந்தான்.

தோழிகளுடன் கடைசியாகச் "சாய்ராத்" பார்த்தாள்
இப்படியெல்லாம் நடக்காது
இது வெறும் படம்தான்
தோழிகளிடம் அவள் சொன்ன போது
ஒருத்தி மட்டும் அழுது தீர்த்தாள்.

ஆறுதல் சொல்லிய தோழிகளில்
யாரும் அவள் அச்சத்தைப் போக்கவில்லை
இவள் மட்டும் கேட்டாள் யார் அவன்
உங்கள் வீட்டில் நாங்கள் பேசுகிறோம்
அழுகையை நிறுத்தாமல் அவள் சொன்னாள்
பள்ளிவரை உடன் படித்தவன்
எடுத்துச் சொல்லி இரண்டு வீடும்
ஒப்புக் கொண்ட காதல் இது பிறகு என்ன
சங்கத்திலிருந்துதான் கொலை மிரட்டல்.

இருவரையும் சேர்த்து வைக்க முடிவெடுத்தவள்
அன்று இரவு அவனுடன் பேசினாள்
அதற்குப் பிறகு அடிக்கடி பேசினாள்
வடகிழக்கு மாநிலத்தில் ஒரு இடம் பார்த்தாள்
சங்கேதத் தகவல்களால் நிரம்பின பேச்சுகள்
தன் மணநாள் நெருங்கியபோது நாள் குறித்தாள்
வீட்டுக்கு வந்த தோழியிடம் பணம் கொடுத்தாள்
முடியுமென்றால் என்றாவது பார்க்கலாம்
அணைத்து வாழ்த்துச் சொல்லி அனுப்பி வைத்தாள்

அன்று இரவு முதல் அவள் கைபேசி இயங்கவில்லை
அதற்கு மறுநாள் தொடங்கிய விழா
ஆறு நாட்கள் ஏழு நாட்கள்
இயங்காத எண்ணை மாற்றி புதிய ஐஃபோன்
அண்ணனின் அன்பளிப்பு

தோழிகள் மாறிமாறிச் சந்தித்தார்கள்
என்ன நடந்தென்று யாருக்கும் தெரியவில்லை
ஓடிப்போன தோழியைக் கரித்துக் கொட்டினார்கள்
ஒரு தகவல் தரக்கூட நேரமின்றி கும்மாளம்

மணவிருந்தில் கூடிய நண்பர்கள் கூட்டம்
அதிர்ச்சியில் உறைய
தோழி தன் அண்ணனுடன் வந்து இறங்கினாள்
முகம்வெளிறிப் பேச்சின்றி கண்ணீரைத் துடைத்துக்
கொண்டாள்
சொன்ன நாளில் அவன் வரவில்லை
சொன்ன இடத்துக்கும் வரவில்லை
தொலைபேசியிணைப்பும் இல்லை

முடிந்து போனதை மறந்துவிடு
தோழிகள் அவளுக்கு ஆறுதல் சொல்கிறார்கள்
நண்பர்கள் நல்லவேளை தப்பித்தாய் என்கிறார்கள்.
மணவிழா இசையில் அவர்கள்
பேச்சு அமுங்கிப் போகிறது.

எழுத்து தொடங்கி மேலேறிச் செல்கிறது
இடது பக்கம் சிறு காட்சிகள் தொடர்கிறது.
குடிசைப் பகுதியொன்றில்
ஒரு குடும்பம் எரித்துக் கொல்லப்பட்டது.
வெளியூரில் புதுவாழ்வைத் தொடங்க இருந்த
மகனுக்கு விருந்து சமைத்துக் கொண்டிருந்தபோது
பசு இறைச்சியென்று ஒரு கூட்டம் தாக்கியது.
அப்பனும் மகனும் அங்கேயே எரிக்கப்பட்டனர்.
தாயும் மகளும் இரண்டு நாட்களுக்குப் பிறகே
எரித்துக் கொல்லப்பட்டனர்.
அத்தனையும் படம் பிடிக்கப்பட்டாலும்
யார் அதைச் செய்தது என
இன்னும் உறுதியாகவில்லை.
பசுக்கொலை செய்பவர்களைப்
பிடிக்கத் தனிப்படை அமைக்கப்படும் என்று
காவல்துறை அறிவிப்பு.

குறிப்பு: படம் எட்டுப் பாடல்களைக் கொண்டது. ஆனால் அவை காட்சிகளின் இடையில் கரைந்து போயியுள்ளன. படம் முழுக்க விருந்துகள், மணவிழாக்கள், திருமணச் சடங்குளால் நிறைந்துள்ளது. தோழிகளின் பேச்சுகள் வெளிப்படையாக இருப்பதால் நிறைய பீப் சப்தங்கள் கொண்டுள்ளது. தோழிகளாக நடிப்பவர்கள் அனைவரையும் மிகக் குறைவான உடையில் காட்டியிருப்பதாக குறைசொல்லும் கட்டுரைகள், படத்தின் கொண்டாட்ட மனநிலையை அதுதான் காப்பாற்றுகிறது என்கிற கட்டுரைகள் இரண்டிலும் அதே படங்கள் இடம்பெறுவதையும் இங்கு குறிப்பிட்டாக வேண்டும்.

நன்றி: இந்தியப் பசுப் பாதுகாப்புச் சட்டம் 2017 மார்ச் 24.

தனிப்பெருந்தீவு

வெவ்வேறு தீவுக் கூட்டங்களின் இனக்குடிகள் நாம்
காணும் தொலைவிற்குள் வாழ்ந்தாலும்
ஒத்திசைக்கும் ஒலிப்புகளைக் கொண்ட
இரு வேறு மொழிகளுடன்
கடல் நடுவில் எதிர்ப்படுவோம்.
கட்டுமரங்களும் சிறிய கலங்களும்
நீர்வழியின் எல்லைகளைக் கடக்காதவரை
தத்தமது பாட்டைகளில் செல்வது போல் மீள்கின்றன

மழையும் புயலும் ஒரே பருவத்தில் என்றாலும்
விழாக்களும் சடங்குகளும் வேறாக உள்ளன
இடவலமாக உருமாறியமைந்த இசைக்கருவிகளைக்
கொண்டவர்கள் இரு வேறு தீவின் பாணர்கள்

ஒற்றை மரத்தைக் குடைந்து செய்த படகுகளும்
அறுத்து இணைத்த பலகைகள் கொண்ட கலங்களும்
கட்டிப் பிணைத்த கழிகளால் ஆன மிதவைகளும்

தீவுகளுக்குத் தீவு ஒன்று போல் இருப்பதில்லை
வில்லும் அம்பும் கூட வேறு வேறு வடிவங்கள்
நெடுமூங்கில் கூர்மைகளும் இரும்பு நுனிகளும்
அவ்வப்போது நடந்து முடிந்த
போர்களின் சுவடுகளைக் கொண்டுள்ளன

தீவு கடக்கும் பறவைகளைக் கூட
கிளையமரும் விதத்தை வைத்து
இனம் பிரிக்கும் கணியர் கூட்டம்
தீயெரித்து துடியிசைத்து ஆடுகின்ற
இரவுப் போதின் கதைப்பாடலொன்று சொல்கிறது
பகைத்தீவின் பெண்ணோ ஆணோ யாரென்றாலும்
வெற்றுடம்பாய் நீந்தி
மறுதீவை அடைந்துவிட்டால்
அக்குடியின் கிளையாக மாறிவிடும்
அதனதன் துணையை அதுவதுவே தேடிக்கொள்ளும்
இதுவரை இரண்டுமுறை மட்டுமே
அது நிகழ்ந்திருப்பதாகக் கதை முடியும்.
வெவ்வேறு தீவுகளில் அதே நேரத்தில்
ஒலிக்கின்ற தோற்கருவிகளின் தாளமெல்லாம்
ஒன்றைப் பிடித்து ஒன்று தொடருவதையும்
ஒன்றின் பதிலாக வேறொன்று அதிர்வதையும்
ஆளற்ற சிறுதீவில் தோள் பிணைந்து கேட்கின்றோம்.
தொலைவில் மிகத் தொலைவில்
ஏதோ ஒரு தீவின் விளம்பில்
உனக்கும் எனக்கும் பிடித்த
அந்தப் பாடல் குரலற்ற இசையாய்
ஒலிக்கத் தொடங்குகிறது.
இசையெல்லாம் ஒவ்வொன்றாய் அடங்கும் முன்னால்
எரிகின்ற தீப்பந்தம் கரியும் முன்னால்
நீந்தியிந்தக் கடல் பரப்பைக் கடக்க வேண்டும்
நீயுனது நான் எனது
தீவுகளைப் போய்ச் சேர வேண்டும்.

தாயறியாத சூல்

அவன் இவனைக் கண்டவுடன்
காதல் கொண்டான்
இவன் அவனைக் கண்ட போதெல்லாம்
தப்பிப் பதுங்கினான்
காரணங்கள் புனைந்து
சந்திக்கும் தருணங்களை உருவாக்கினான் அவன்
காரணமின்றியே வேறு வேறு நகரங்களில்
வேலைக்கு விண்ணப்பித்தான் இவன்
இடிந்த நகரங்களைப் படம் பிடிக்கும்
குழு ஒன்றில் சேர்ந்தான் அவன்
பனிமலைப் பயணிகளுக்கு வழித்துணையாக
பணியை மாற்றிக் கொண்டான் இவன்
விருந்தொன்றில் சந்தித்த துருக்கி இளைஞனுடன்
கன்னம் உரசப் படமொன்றை
அவன் பதிவிட்ட மறுநாள்
வாரனாசி யோகாசிரமத்தில்

சீடனாய்ச் சேர்ந்தான் இவன்
கொல்கொத்தாவில் படப்பிடிப்பில் இருப்பதாகத்
தகவல் அனுப்பினாள் அவன்

உக்கிலி நதியின் படகொன்றில் எதிர்பாராமல்
சந்தித்த இருவரும் என்ன இங்கே என்றபடி
இறங்கும் இடம் மறந்து படகுகள் மாறினர்
ஆதிகங்கை, கங்கை, மீண்டும் உக்கிலி
படகுகளில் பலமுறை சந்தித்துக் கொண்டனர்

மின்னஞ்சலில் வந்த படமொன்று
இவனையும் அவனையும் பிளந்து போட்டது
இருவரின் வீடுகளுக்கும்
இது போல இருநூற்று நாற்பது
படங்கள் போய்ச்சேராமல் இருக்க
இருபது லட்சங்கள் கேட்டது

அவகாசம் கேட்ட அவனிடம்
தன்னிடம் பணம் இருப்பதாகச் சொன்னான் இவன்
கணக்கில் பணம் மாறிய சில நாட்களில்
வீடு சென்ற அவன் இருநூற்று நாற்பது
தூக்கமாத்திரைகளை விழுங்கினான்

மின்னஞ்சலும் முகநூலும் மற்றுள்ள
இணையத் துணைகளும் இயங்காமல் போன
இரண்டு ஆண்டுகளுக்குப் பின்
பெண்ணாகிய இவன்
அவனுடைய வீட்டைத் தேடிக் கண்டுபிடித்தான்
வீட்டில் அவனுடைய படம் மட்டும்
அறைக்குள் அழைத்துச் சென்ற
அம்மா சொன்னார்

இது அவனுக்காக நான் கட்டிய அறை
வாழ்வதற்காக ஒருமுறை கூட இங்கு
வராத அவன் சாவதற்கு வந்திருக்கிறான்
கன்னங்களில் வழிந்த நீரைத் துடைத்தபடி
பொதிந்து வைத்த புகைப்படக் கட்டொன்றை
அவளிடம் தந்தவர் இதற்கெல்லாம் சாவதென்றால்
யார்தான் இங்கு வாழ முடியும் பெண்ணே
உன்னிடமாவது இது பற்றிச் சொல்லியிருக்கிறானா
இருநூற்று நாற்பது படங்களையும்
இருவரும் பார்த்து முடிக்கும் போது
இருநூற்று நாற்பது* ஆண்டுகள் கடந்து போயிருக்கும்.

(டிசம்பர் முதல் டிசம்பர் வரை திரைக்கதைச் சுருக்கத்திற்கு மூலமாக அமைந்த இக்கவிதையை உந்துதலாகக் கொண்டு ஒரு பங்களா திரைப்படம் உருவாக்கப்பட்டதாக தகவல்)

* கவிதை எழுதப்பட்ட ஆண்டு 2016

சுழன்றாடும் கலைஞன்

குங்குமப்பூக் காடுகளில் விளையாடும்
குழந்தைகள் பாதுமைக் கொட்டைகளை
வீசி ஆடுகளைத் துரத்துகின்றனர்
அபினிச் செடிகளின் காய்களில்
இருந்து வெண்பசையை வழித்தெடுக்கும்
பாட்டிகள் ஓய்வு நேரங்களில் புகை பிடித்தபடி
சாயா அருந்துகிறார்கள்.
வெய்யில் குறைந்த மாலை நேரங்களில்
சுழன்றாடும் கலைஞர்கள்
தொலைதூரம் செல்லும் ஆலாபனையின்
இடையில் ஒரே வரி திரும்பத் திரும்ப ஒலிக்கிறது
"ஒரு விழியில் உடன் விழுந்தும்
மறுவிழியில் கரையேறி
உன்னிடம் நான் தப்பித்தேன்
இருவடிவில் எது எனது முழுவடிவம்
மனம் உடைந்தேன்"

ஒரு விழியில் ஒரு விழியில்
பின் வரிசையில் இருபது பாடகர்கள்
எத்தனை முறை இதை ஒலித்தாலும்
நுஸ்ரத் எனும் பாடகன் மனம் உடைந்தேன்
என்பதையே இருபது அளவைகளில்
பாடித் தலை சுழல்கின்றான்.
கண் கூசவைக்கும் நிலவொளி
வெண்பாறைகளில் தகிக்கிறது
விடியும் வரை அந்த ஊரில்
வெடிச் சத்தம் கேட்காதிருக்கட்டும்
விமானங்கள் தாழப்பறந்து செல்லும் போது
பிஸ்தா காய்களை விட்டெரியும்
பிள்ளைகளின் பள்ளிகளின் மீது
எரிகணைகள் சீறாதிருக்கட்டும்.

(ஆங்கிலத்தில் மொழிபெயர்க்கவே கூடாதென்ற நிபந்தனையுடன் இந்தப் பாடலை அளித்த நூரிஸ்தானி கலைஞருக்கு நன்றி. நான் வெறும் தமிழ் மொழிபெயர்ப்பாளன்.)

வளையம் வாழ் மனிதர்கள்

ஒளிமிகுந்த பெருநகரம்
ஓயாத வாகன நகர்வுகள்
கொண்டாட்டமும் களிப்பும்
குறையாத பருவங்கள்
வண்ணங்களும் வாசனைகளும்
பெருகி வழியும் மாடங்கள்
ஒற்றை நெடுமூங்கிலின் உச்சியில் தொங்கியபடி
பெருநகரின் வானவிளிம்பு வரை பார்க்கின்றாள்

கீழிருந்து ஒலிக்கும் சிந்துவெளி முழவு
மூங்கில் மேலே மேலே என
நீண்டு கொண்டே செல்கிறது
வளையத்திற்குள் புகுந்து வெளிவந்த சிறுவன்
விம்மியபடி தன் தங்கையை அழைக்கின்றான்
மூங்கில் நுனி விட்டு நழுவி
மிதந்து பறந்த படி அவள் பாடுகின்றாள்

இந்தப் பெருநகரம் என்றும் அழியாதிருக்கட்டும்
எங்கள் காடுகளின் மூங்கில்களும் கருகாதிருக்கட்டும்
முழவுக்குத் தோல் தந்த உடும்பினங்கள்
மறையாதிருக்கட்டும்.
கீழிருக்கும் பூமி எம்மைவிட்டுப் பிரியாதிருக்கட்டும்.

*(நெடுமூங்கில் கானகம் என்ற நூலிலிருந்து
பக்க எண் நினைவில் இல்லை)*

நீலநிறத்தில் ஒரு பேச்சு

சுவரின் ஓர் ஓரத்தில் எழுதிக் கொண்டிருந்தவனின்
விரல் இரண்டை வெட்டியனுப்பினார்கள்

படம் வரைந்து விட்டுத் திரும்பிய ஒருவனை
வண்டியால் மோதிக் காலைச் சிதைத்தார்கள்

கொடிக்கம்பத்திற்கு மேடைக்கட்டிக் கொண்டிருந்த
நான்கு பேரில் மூன்று பேரை
வெட்டிச் சாய்த்தார்கள்

நெடுஞ்சாலை ஊர்வலத்தை
வீடுகளின் ஊடாகத் திருப்பிவிட்டு
கூரைகளைச் சரித்தார்கள்

சிலை அமைக்க இடம் பார்த்த ஏழுபேரைக்
கொலை வழக்கில் கைது செய்தார்கள்

வேலைக்குப் போகும் பிள்ளைகளின்
வீடுநுழைந்து புதிதாக வாங்கப்பட்ட
அனைத்தையும் உடைத்தார்கள்
குழந்தைகளின் மூன்று சக்கர வண்டிகளை
கடப்பாரையால் நொறுக்கினார்கள்

கடிதம் எழுதியதற்காக கையையும் காலையும்
இழந்த அவனை விசாரணைக்காக
இழுத்துச் சென்றார்கள்

தேர்தல் விண்ணப்பம் அளித்தவரில்
மூன்று பேரின் உடல்களைக் காணாமல் அடித்தார்கள்

பதுங்கிடங்களில் சில சமயம்
செத்துக் கிடக்கும் கொன்றோடிகளின்
கொடுவாள் காயங்களை மறைத்துவிட்டு
அடக்கமும் செய்தார்கள்

ஒற்றுமையாய் வாழ்ந்த ஊரை
உருக்குலைக்க வந்த குரல் என்று
அதனைச் சொன்னார்கள்

எரித்தது போக எஞ்சியுள்ள சொற்களின் ஒலியைக்
கேட்கத் திரள்கிறது கூட்டம்
பேச்சு தொடங்கும் முன்
தூங்கும் பிள்ளைகளை எழுப்பி விடும் தாய்மார்கள்
முந்தானையெடுத்து வாய்பொத்திக் கொள்கிறார்கள்

என்ன பேசினாலும் கோபமும் சீற்றமும்
எதைப்பேசினாலும் வெறுப்பும் வன்மமும்
எதனால் அவர்களுக்கு பெருகுகிறது

பேசியது பற்றியதல்ல அவையெல்லாம்
வன்முறைப் பேச்சு என்பவர்கள்
விளக்கம் சொல்வதில்லை
நீங்களெல்லாம் பேசுவதே வன்முறைதான்
என்கிறது அவர்கள் வரலாறு.

பேச்சுதான் அது
அதுவரை பேசப்படாமல் இருந்தது
அதுவரை பேசப்பட்டவற்றை பேச்சில்லையென்றது
பேச மறுத்தவற்றைப் பேசச் சொன்னது
பேச்சு ஒரு வரலாற்றின் தொடக்கம்
அது மற்றபல வரலாறுகளின் முடிவும் கூட.

வலி மறத்தல்

தொலைக்காட்சிகளில்
எனது நிலம் பற்றிய செய்திகள்
தோன்றிய அன்று முதல்முறையாய்
சன்னல் ஓரம் வந்தமர்ந்து
தலை சாய்த்துப் பார்த்த
அந்த ஒற்றைச் சிட்டினை மறந்திருந்தேன்
மீண்டும் நிலம் பற்றிய செய்தி
தோன்றியபோது பார்த்த அக்குருவியை
வேறொன்றெனவே நினைத்திருந்தேன்
கண்ணில் சில சமயம்
தட்டுப்படும் குருவிகளை
அதுதானோ எனக் குழம்பியும் இருக்கிறேன்
நிலம் பற்றி நினைவுகள்
என்னை அழுத்தும் போதெல்லாம்
அக்குருவி எங்கிருந்தோ வந்து
இருந்து பறந்து செல்வதுண்டு.

நெடுந்தூரப் பயணங்கள்
பெயர் மறைத்த அலைச்சல்கள்
மீந்த உயிருடன் மீண்டும் ஒரு நாள்
சன்னலோரம் அதே குருவி
இம்முறை அது தலை சாய்த்துப் பார்க்கவில்லை
கம்பி கடந்து முன் நகர்ந்து
விரல் நுனியைக் கொத்தியது

சிலிர்ப்பில் மூடிய கண்கள் திறந்து
தலைசாய்த்துப் பார்த்த என்னை
ஒருமுறை வட்டமிட்டுப் பறந்து
தொலைவில் மறைந்தது

வெளியே ராணுவ வண்டிகளின் ஓசை
துப்பாக்கி முனைகளின் கீழ் மண்டியிட்ட என்னை
அடைத்த இடம் இருள்தான் என்றாலும்
விரல்நுனியில் சிறு அலகு ஒன்று அவ்வப்போது
கொத்திச் செல்கிறது.
அதுவரை நான் பார்த்திருந்த குருவிகள்
ஒவ்வொன்றாய் நினைவில் வர
ஒவ்வொன்றுக்கும் ஒரு பெயரிடத்தொடங்கினேன்
வலியற்ற எனது மரணத்தின் நாட்கள் தொடங்கின.

திரையிடும் கண்ணீர்

மூக்குநுனியில் சொட்டி நின்ற ஒற்றைத் துளி
துடைக்கும் தோறும் புதிது புதிதாய்த்
தோன்றிக் கொண்டே இருந்தது
அக்கா அதனைக் கூரைச் சேலையின் முந்தானையால்
துடைத்துக் கொண்டே இருந்தாள்
மாப்பிள்ளைத் தோழனாக கைப்பிடித்து நின்றவனுக்கு
கைவிரல்கள் நடுங்கிக்கொண்டிருந்தன

மணமக்கள் பந்தியில் உட்கார்ந்த போது
தோட்டத்துப் பக்கம் போய்வருவதாய்
சேலை முடிச்சை அவிழ்த்து உதறினாள் அக்கா
பதறிப்போன நாத்தனார் ஓடிவந்தாள்
என்னடா தம்பி இது
இன்னிக்கு முழுக்க இருக்கணும் முடிச்சு
திரும்பி வந்தவளை மொய்த்துக்கொண்ட பெண்கள்
என்னடி இது இப்படி பண்ணிட்ட

கோபமும் கவலையும் எரிச்சலும் கூடிய குரல்கள்
ஒன்னுக்கிருக்க மாப்பிள்ளையும் கூட வரணுமா
அக்கா கேட்டபோது அம்மா வாயைப் பொத்தினாள்

மாப்பிள்ளை ஊட்டிய ஒரு வாய்ச் சோற்றை
முதலில் வாங்க மறுத்தவள்
இவ்வளவு பெரிய உருண்டையா தருவாங்க
முறைத்தாள் இனிப்பு பிடிக்காது என
இலையிலேயே வைத்து விட்டு
நான்கு விரல் நுனியில் சோற்றை எடுத்து ஊட்டி
சாஸ்திரப்படி பதிவிரதையானாள்

ஏண்டா இப்படி முழிக்கிற
காதைத் திருகியவளிடம்
எப்படிச் சொல்வதெனத் தெரியாமல் திணறினான்
கால் சட்டைப் பையில் கனத்தது
அக்காவின் சினேகிதன் தந்துவிட்டுப் போனக் கடுதாசி
புகுந்தவீடு போகுமுன் கேட்டாள்
உன்னோட சிநேகிதக்காரனப் பாத்தியா
என்ன சொல்லுச்சி
பாத்து ரொம்ப நாளாச்சி அக்கா
எட்டாய் மடித்த கடுதாசி ஒன்றை
அவன் கையில் திணித்தவள்
பத்திரமாகச் சேர்த்திடு
பாவியென் வாழ்க்கை
அவன் கையில்தான் இருக்கிறது.
கால்சட்டையின் மற்றொரு பையில்
திணித்துக் கொண்டவன்
அக்கா முகத்தைப் பார்க்காமல் குறுகினான்.

பெரியம்மா மகளுடைய கல்யாணம் என்றாலும்
இரண்டு புது உடுப்பு கிடைத்தது குறித்து
நண்பர்கள் கேலிபேசினர்
சின்ன அக்காவுக்கு பொறாமை பொங்கியது
மாப்பிள்ளைத் தோழனாம் மாப்பிள்ளைத் தோழன்
கால்சட்டைகளை அடித்து அடித்துத்
துவைத்துக் காயவைத்தாள்.

வகுப்பறையில் வாத்தியார் இல்லாத நேரத்தில்
கால் சட்டைப் பையில் பழக்கம் போல் கைவிட்டு
தேங்காய் மிட்டாய் திருட வந்த அவள்
கைநிறைய பஞ்சுத் தூள்களை அள்ளி எடுத்து
என்னடா இது என்றபடி உதறினாள்
நினைவு துணுக்குற மறுபையில் கைநுழைத்து
ஒரு பிடி பஞ்சுத் துகள்களைக் கண்டான்

ஊதி உதறிக்கொண்டு அவளை முறைத்தான்
இனிமே கால்சட்டைப்பையில்
கைவிடற வேலை வேணாம்
கையி கிய்யி பட்டுதோ நடக்கிறதே வேற.
அப்படி ஒரு கடுமையை அவனிடம் இதுவரைக்
கண்டிராதவள் வெடுக்கெனத் திரும்பி
ஒருமுறை பார்த்தாள்
கடைசியான ஒரு முறை
அவ்வளவு நெருக்கத்தில் அவனும் அவளைப்
பார்த்ததே இல்லை.

மூக்கு நுனியில் சொட்டி நிற்கும்
ஒரு துளிக் கண்ணீரைத்
துடைக்க மறந்து அதன் போக்கில் விடும் பழக்கம்
அவனுக்கு அப்படித்தான் உருவானது
அதன் குறுகுறுப்புச் சொல்லிமாளாதது.

அணில் அருளும் காலம்

அன்றுதான் அது நடந்தது. வழக்கம் போலச் சந்தித்த அவன் சொன்னான் வீடு மாற்றுவதாய்ச் சொன்னேன் இல்லையா அது முடியாது போலிருக்கிறது. குவளையை ஏந்திய இவன் கைகள் நடுங்கின. என்ன ஆனது என்ன சிக்கல். எதுவும் கேட்காதே. நான் ஜப்பான் செல்லவேண்டும் வீட்டில் கட்டளை. நான் எதுவும் தப்பு செய்து விட்டேனா. தப்பு உன்னிடமோ என்னிடமோ இல்லை. பிறகு என்ன பேசித்தீர்க்கலாம். ஒன்றும் கேட்காதே. இதுவரை சுவைத்த மஞ்சள் பானம் இருவருக்கும் கசந்தது. கனாட் வளையத்தின் நிலத்தடிப் பாதையில் கடைசியாக ஒரு முறை கைப்பற்றிக் கொண்டனர். என்னால் முடியுமா தெரியவில்லை. உன்னால் முடியும் என்றால் நல்லது. இறுதி மெட்ரோ வரும் வரை உட்கார்ந்திருந்தவர்கள் எதிரெதிர் திசைகளில் கரைந்தனர்.

அறைவந்து சேர்ந்தவன் அவன் ஒரு முறை மிச்சம் வைத்துச் சென்ற கூப மதுவைக் கொஞ்சம் கொஞ்சமாய்க் குடித்தான். இரவா பகலா வெளியிருந்து புகை நெடி. குமட்டலாய் வந்தது. யார் அது சன்னல் பக்கம் நின்று புகைப்பது. உள்ளே இருட்டு. வெளியே அலைபேசியில் உரத்த வசைச்சொற்கள். தாளாமல் சன்னலை அடித்துச் சாத்தினான். எழுந்த போது இரண்டு நாற்பது வெளியே வெளிச்சம். பசியும் தலைவலியும். பால் பையில் கைவிட்டு எடுத்தவன் கொதிக்கும் முன்பே கோப்பையை நிறைத்துக் கொண்டான். இனிப்பில்லாத பால் எத்தனை சுவை. உற்று கவனித்தான் வெளியே ஒரு சப்தமும் இல்லை. அணில்களின் கீச்சொலியை வைத்தே அடையாளம் காணப் பழகியிருந்த அவனுக்கு ஏதோ நடந்துவிட்டதாய் உறுத்தியது. பின் கதவு திறந்து தோட்டத்தில் பார்த்தான் ஒற்றை அணில் கூட இல்லை. மரங்களில் வந்தமரும் பறவைகளும் இல்லை. வெள்ளை நிற நாய் அவனை உற்றுப் பார்த்துவிட்டு தூரத்தில் சென்று படுத்துக் கொண்டது. கைகள் நடுங்கின கிலுங்கிய அலைபேசியில் குறுஞ்செய்தி நாளை பயணம். சொட்டிநின்ற கண்ணீரைத் துடைக்க மனமின்றி அடைத்திருந்த சன்னலைத் திறந்தான். நான்கு கதவுகளையும் வெளிநோக்கித் தள்ளிவிட்டான். பாலை ஒரே மிடக்கில் விழுங்கிவிட்டு கோப்பையைச் சுவரில் வைக்கக் குனிந்தான். சன்னல் மரவிளிம்பில் தலை நசுங்கிய அணில் உடல். ரத்தம் இன்னும் காயவில்லை.

இருட்டில் நடந்த படுகொலை
இரண்டு கைகளும் உதறல் கண்டன
காதுக்குள் கற்கள் உடையும் ஓசை
கடித்த பற்களின் ஈறுகளில் ரத்தம்
கசிந்து எச்சிலை உப்பாக்கியது.
தலையைப் பிடித்துக் கொண்டு
தரையில் உட்கார்ந்தவனுக்கு

பாதிஉடல் மரத்துப் போனது
அவனுக்குத் தெரிந்தால் என்ன ஆகும்
அம்மா அறிந்தால் எப்படித் துடிப்பார்
எத்தனை நேரம் அப்படிக் கிடப்பது
அட்டைப் பெட்டியொன்றில்
அணில் உடலைக் கிடத்தினான்
அவன் அளித்த வெண்தாள்களால்
பொத்தி வைத்தான்
தோட்டத்தில் பள்ளம் தோண்டி
பெட்டியை வைத்த போது
கண்ணீர் பொத்துக் கொண்டு வந்தது
படுகொலை படுகொலை என
மனம் ஓயாமல் கூவியது.
மண்ணை மூட மனமில்லாமல்
மண்டியிட்டு உட்கார்ந்தான்
அணில்கள் அங்கும் இங்கும் சிறு ஒலி எழுப்பின
ஒன்று இரண்டு மூன்று நான்கு
மரங்களில் கொடிகளில் வேலியில் மதிலின் மீது
பத்து இருபது நூறு இருநூறு
அம்மா வந்து தலையை வருடினார்
அழாதே தெரிந்தா கொன்றாய்
ஆமாம் தெரிந்தே கொன்றேன்
அம்மாவின் காதலை
இன்னொரு மணம் புரிவதென்றால்
அம்மா என்னை மறந்துவிடு
அழுகையை அடக்கிக் கொண்டு
அம்மா சொன்னார்
பிரிவில்தான் இறுக்கமாகிறது காதல்
இது வரை இருந்து விட்டேன் இனி என்ன
அப்பா மறுமணம் புரிந்த போது
விருந்துக்குச் சென்றவன் முதல் முறை குடித்தான்

அன்றுதான் தன் மந்திரத் தோழனை
முதல் முறை சந்தித்தான்
முதல் முறை ஆப்பிள் தொலைபேசி
அப்பா தந்ததும் அன்றுதான்
தெரிந்துதான் கொன்றேன் அம்மாவின் அணிலை
மழை வந்து மண்ணை நனைத்தது
குளிர்கால மழை காய்ச்சலாய்ப் படிந்தது
புதைந்த அணில் வந்து வந்து
ஏன் என்னைக் கொன்றாய் என்றது
ஒரு மாதம் காய்ச்சல்
மறுமாதம் காச நோய்
ஆறு மாதம் சிகிச்சை ஆறுமாதம் மறதி நோய்
ஓவியப்பள்ளியின் வேலையை விடுவதாய்
கடிதம் எழுதினான்
அணிலைக் கொன்ற எனக்கு இனி வரைய வராது
நண்பர்கள் ஆறுதல் சொன்னார்கள்
அணில்கள் உன்னை மன்னிக்கும்
அம்மாவையும் கொன்றேனே
அம்மாதானே அவரும் மன்னிப்பார்
அணில் வால் தூரிகைகளை
இனி யாரும் பயன்படுத்தாதீர்கள்

அம்மா இனி நாடகத்தில் நடிக்கப்போவதில்லையென மின்னஞ்சல் அனுப்பியிருந்தார். முதுகுவலி மூச்சிளைப்பு. அம்மா நான் அணிலைக் கொன்று விட்டேன். மது அருந்தினால் வாந்தி வருகிறது. படுத்தால் தலை கிறுகிறுவெனச் சுற்றுகிறது. அவன் வாழும் பகுதியில் இருந்த அணில்கள் எல்லாம் புலம் பெயர்ந்து விட்டன. இணையத்தைத் திறந்தால் ஏராளமான அணில் படங்கள். கைகள் கணினியைத் தொட மறுக்கின்றன.

ஒரு நாள் முழுக்க மெட்ரோவில் உட்கார்ந்து குறுக்கும் நெடுக்குமாய் ஓடிக்கொண்டிருந்தான். கனாட் வளைய நிலத்தடி நிலையத்தில் நின்று கொண்டிருந்தவனுக்கு அந்த எண்ணம் வந்தது. விரையும் ஓசை அவனை வாவென அழைத்தது. விளிம்பில் இருந்து மெல்லச் சரிந்தான். எத்தனை மென்மை எத்தனை இனிமை எத்தனைக் கதகதப்பு. விழித்த போது அணில்கள் சூழ்ந்த அறையில் அம்மாவின் மடியில் தலை வைத்துப் படுத்திருந்தான். இதோ இந்த அணில்தான் உன்னைக் காப்பாற்றியது அம்மா சொன்னார். அவன் கொன்ற அதே அணில்தான் அவன் நெற்றியை வருடிக் கொடுத்தது.

அணிலின் விரல்கள்
எத்தனை மென்மை
எத்தனை இனிமை
அதுதான்
எத்தனைக் கதகதப்பு.

சொல்லுறைந்த வனம்

அழிவும் அழிவின் நிமித்தமும்

அதுவரை மனிதர்கள் கண்டறியாத பெருவெளிச்சம்
அது வரை பூமி அறிந்திராத கொடிய வெப்பம்
அதுவரை உயிரினங்கள் நினைத்திராத நீளோசை
அனைத்தும் நிகழ்ந்த சிலநொடிகளில்
இரண்டு பெருநகரங்கள் இல்லாமல் போனது
இனி புதிதாய் உயிர்கள் முளைக்கவும் வளரவும்
இடம்தராத மண்ணையும் காற்றையும் நீரையும்
விட்டுச் செல்கிறது சாம்பல் பொழிந்த புகைக்கோளம்

சிதறிய உடல்களுக்குப் பெயரிடவும்
பெயருள்ள உடல்களைக் கணக்கிடவும்
இன்றுவரை எந்த மொழியிலும்
எண்ணும் எழுத்தும் உருவாகவில்லை

சில நூற்றாண்டுகளாக மூளைகளைக்
குடைந்து கொண்டிருந்த கணக்கீடு

ஒரு நூற்றாண்டுக்கு முன்புவரை
அறியப்படாமல் இருந்த புதிரின் வெடிப்பு
தனித்த ஒரு உயிரைக் கொல்லத் தயங்கும் கைகள்
இசைக் குறிப்புகளை எழுதுவது போன்று
அதற்கான திட்டப்படங்களை வரைகின்றன
உயிர்த்தோற்றத்தின் ரகசியத்தைக்
கண்டறியப் போகும் பரவசத்துடன்
அதற்கான பரிசோதனைகள் நிகழ்த்தப்படுகின்றன
உருவாகி நிற்கும்
உலோகத் தூண்கள் பற்றிய பேச்சுகள்
உலகின் மொழிகளை உருமாற்றி வைக்கின்றன
கணினிகளின் இணைப்புகளும்
கடவுச் சொற்களும்
ஏவுகணைகளை நிலைப்படுத்தி வைக்கின்றன

இலக்கைச் சரியாகத் தாக்கிய விண்கலம்
அனுப்பிவைத்த படம் திரையில் தோன்ற
கொண்டாட்டக் கூச்சலில் கட்டுப்பாட்டு அறை
மாறிமாறி முத்தங்களையும் பகிர்ந்து கொள்கின்றனர்
தொலைக்காட்சியில் கண்டவர்கள்
நெகிழ்ச்சியல் கண்ணீர் மல்கத் தம் உறவுகளை
அணைத்துக் கொள்கின்றனர்.
ஒரு சிறிய வரைபடத்தில்
ஒரு நுண்குறிச் சமன்பாட்டில்
ஒற்றைத் துகளின் உள்ளமைப்பை விளக்கும்
நுண்ணோக்கியில்
இருந்துதான் தொடங்குகின்றன
மீளா அழிவிற்கான அத்தனை எந்திரங்களும்

ஏவுகணைகளின் கடவுச் சொற்களைத்
தம் காதலிகளுக்கு பரிசளித்தோ

அவற்றின் மாதிரி வடிவங்களைத்
தம் குழந்தைகளுக்கு பொம்மைகளாக
விளையாடக் கொடுத்தோ
திட்டம் முழுமையடைந்த நாளைத் தம் பெற்றோர்களின்
மணநாளுடன் பொருந்திப் போகவைத்தோ
பொங்கி நுரைக்கும் மதுக்குப்பிகளுடன்
கொண்டாடுவதன் அழகியல் பற்றியதுதான்
இனிமேலான கவிதையியல்.

ஒரு பிடி உருவம்

பார்வையில் இருந்து பறவை
தொலைந்த பின்னும்
மீறும் கிளையின் துடிப்புக்கும்
பருந்தின் பார்வை பட்ட பின்
நகங்களுக்கிடையே சிக்கிய
மீனின் துடிப்புக்கும்
இடைப்பட்ட ஒரு அசைவு

பேசத் தவித்தும் மௌனமாகி நின்ற
உதடுகளின் மிளிர் நடுக்கம்
பொரிந்து உயிர் ஈன்று முடிந்த
முட்டையின் ஓடுகளாய்
முற்றுப் பெறா கலவியின் பின் பொழுதில்
நமது உடல்கள்.

நீ விட்டுச் சென்ற மேடுபள்ளங்களைக்
கலைத்துப் புதிதாக்க
மீண்டும் மீண்டும் வரும்
தாபத்தின் சுழல் காற்று

நேற்றைப் போலவே இன்றும்
உன் அணைப்புக்குள்
கண்திறவாத குட்டியாய்ப்
புதைந்து கிடக்கும் என்னை
நக்கிச் சுத்தம் செய்யும் உன்
காம்புக் கொத்துகளை இடமறிந்து
மொய்த்துக் கிடக்கிறது மூச்சுகள்.

வறண்ட பெருநிலத்தில் மறைந்திருக்கும்
நீரூற்று தேடியலையும் விலங்குகளின் காலடிகள்
நம் இரவுகளின் பாட்டைகளை
ஓயாமல் திசைமாற்றுகின்றன.

நீ படர்ந்துறங்கும் என் உடல் பரப்பை
எங்கு அள்ளினும் உன் கையின்
ஒரு பிடியளவே என் உருவம்.

மயக்கத்தினூடாகத் தடவிக் கீறும்
உன் வரிகளை
விழித்த பின் நீ எத்தனைக் கலைத்தாலும்
ஓரளவு மீந்திருக்கும் வரைகோட்டு வடிவம் நான்.

தாபமும் துடிப்பும்
தணிந்த ஒவ்வொரு பருவத்திலும்
மீந்து கிடக்கிறோம் நாம்
பதப்படுத்தப்பட்ட
இரண்டு புராதன உடல்களாய்.

உருவமற்ற ஒரு துளி

நீண்ட நாட்கள் கவனத்தில் படாத
அந்த ஒரு துளி ரத்தம்
அப்பொழுதுதான் விழுந்ததின் அசைவுடன்
விரல்களையும் நாசித்துளையையும் சோதித்தேன்
அது என்னுடையதில்லை
கவிழ்ந்துறங்கிய உனது
கைகளை கால்களின் விரல்களை
உற்றுக் கவனித்ததில்
அது உனதும் அல்ல
புதிராய் விழுந்த அந்த ஒரு துளி
வழக்கம் போல பின்பு மறைந்தது

உறக்கத்தில் உடல் கவ்வும் கனவுகளுக்கிடையில்
சொட்டித் தெறிக்கும் ஒற்றைத் துளி
உருவமற்ற உடல் ஒன்று
அறைக்குள் இருப்பதன் அடையாளமானது

அரைமயக்கத்தில் சிலமுறை
என் நெற்றியின் மீது சொட்டி
தொட்ட விரல்களில் நெடியாக மீந்தது
ஒற்றையடிப்பாதைகளூடாக நடந்து ஊர் கடக்கையில்
எனக்கு முன்னே ஆங்காங்கே
மண்ணில் தென்பட்டது அது

குன்றின் சரிவில் நான் பதுங்கும் அம்மண்டபத்தில்
கல் சன்னல்களின் விளிம்பில் சிலமுறை வழிந்தது
ஏதோ ஒரு நாள் தாகத்துடன் அள்ளிய குளத்து நீரில்
சொட்டிப் புகையென அசைந்து மறைந்தது

என் கையேட்டின் புரட்டப்பட்ட புதிய பக்கத்தில்
அப்பொழுதுதான் சொட்டிக் கோடாய்க் கீழிறங்கிய
அதன் நுனியைக் கையும் மெய்யுமாய்க் கண்ட
பதற்றத்தில் விரலால் தடுத்தேன்
அப்புள்ளி தவிர அனைத்துத் திசையிலும்
கிளைவிட்டுப் படர்ந்தது.
எந்த இடத்தில் தென்பட்டாலும்
தடயமில்லாமல் துடைக்க முயன்றேன்
முதல் துளியின் தடயம் எப்போதும்
அடுத்து விழும் துளியில் இருந்துகொண்டே இருந்தது
எனக்கு மட்டுமே தென்படும்
துளி பற்றிய ரகசியத்தை உன்னிடம் கூறினால்
என்னுடன் சேர்ந்து நீயும் துடைப்பாய்
ஆனால் அது உனக்கான குருதி

எனது துளி உனக்கும்
உனது துளி எனக்கும்
தெரியப் போவதில்லை
இருந்தாலும் வெற்றிடம் கண்டு பதற

அவரவர்க்கு உண்டு
பிறரால் துடைக்க முடியாததும்
யாருடையதென்று கூறவும் முடியாத
உருவமற்ற ஒரு துளி.

கதைப் பறவை

கண்மூடி அருகில் நின்றால்
ரகசியம் பேசும் கொடிகளும்
காம்பிலிருந்துப் பிரிந்ததும்
மேலெழுந்து மிதக்கும் மலர்களும்
தூரத்து இசைக்கேற்பச்
சுழித்தும் திளைத்தும் நெளிந்தும்
நகரும் ஓடைகளும்
ஒரு பருவம் மரமாகவும்
ஒரு பருவம் செடியாகவும் உருமாறி விளையாடும்
சில தாவர இனங்களும்
காற்றின் வேகத்திற்கேற்ப நிறம் மாறி
அலைகள் வரையும் புல்வெளிகளையும்
கொண்ட அந்த நெடுநிலத்தில்

கேட்பவர்க்கெல்லாம் கதை சொல்லும் சிலர்
விடைபெறும்போது பறவையாகிச் செல்கிறார்கள்

*அவர்கள் விட்டுச் செல்லும் சில வரிகளைக் கொண்டு
நாமும் புதிய கதைகளைப் பின்னிச் செல்ல முடியும்.
யாருக்கும் அதுவரை தெரியாத கதையாக
அதில் ஒன்று இருந்துவிட்டால்
நாமும் கூட ஏதோ ஒரு வகை பறவையாகி விடலாம்*

*பறவையான யாரும் பல திசை அறிந்தபின்
மீண்டும் எப்போதாவது அந்த
நிலத்தின் வழிக் கடக்கும் போது
சில நாழிகைக்கு மேல்
தங்கிவிட நினைப்பதில்லை என்றாலும்
கதை கேட்கும் குழந்தைகள் உள்ள குடில்களின் ஓரம்
இளைப்பாறுவது போல ஒட்டுக் கேட்கின்றனர்
தம்முடைய பெயர்கள்
எந்தக் கதையிலாவது வருகிறதா.*

காடு கடத்தல்

மண் குழலின் புகையை ஆழ உறுஞ்சியபடி
காலருகில் அமர்ந்திருந்த காடன்
கண்கள் செருகக் கானகச் செல்வியைப் பாக்கிறான்
துகில் திருத்தி தனம் மறைத்து
தனக்கான பங்கைக் கேட்டாள்
தாளம் பிசகாத மேளக் கொட்டுடன்
ஆடப்பழகும் இரண்டு பிள்ளைகள்
மந்தையின் பசுக்கள் அசை போட்டபடி
கன்றுகள் சுருண்டு காலருகில் துயில்கின்றன
காளைகள் சில விலகிச் சென்று
கொம்புகளைக் கோர்த்து பலமறிந்து கொண்டிருந்தன
காட்டுக் குடியெங்கும் அடுப்பெரிக்கும் புகையும்
அன்றைக்கான சுவைகளின் நெடியும் கலந்து கிடந்தது

காடனின் கவனம் தொலைவில்
கானகி தன் பாதத்தால் தூண்டி

என்ன அதே நினைவா
இப்பொழுதெல்லாம் அதிகம் புகைக்கிறாய்
நானும்கூடத்தான் என்ன செய்வது
நினைவைக் கலைக்க நிகழ்வைத் தொலைக்க
தோளில் கையூன்றி எழுந்தவள்
அவன் கைப்பற்றி இழுத்து
ஆறு நோக்கிச் செல்கின்றாள்
தோலாடை நீக்கி ஓராடையுடன்
ஆற்றுக்குள் பாய்கிறான் துடியன்
பாதியுடையுடன் கானகத்தியும் சேர்ந்து கொண்டாள்
ஓடி வந்த இளையவன் தந்தையின்
தோளில் தொத்திக் கொள்ள
மூத்தவனோ தாயின் முதுகு தேய்த்து விட்டபடி
கரையிலே தங்கிவிட்டான்
நீந்தி அக்கரை சென்று மீண்ட அப்பனும் மகனும்
தாயக் கட்டைகளுடன் உட்காருகின்றனர்
மூத்தவன் யானைக் கொம்புகளை வைத்து
தாயுடன் சிறுபோர்ச் செய்கிறான்

தான் அனுப்பி வைத்த கிளிகள்
சில திரும்பி வந்து தோள் அமர
மூத்தவனை அப்பனிடம் அனுப்பிவிட்டு
கைவளைவில் கிளியமர்த்தி
ஒவ்வொன்றாய்க் கேட்கின்றாள்
பெருமூச்சில் அவிழ்கூந்தல் உலர
இனி பத்து நாழிகைக்கு ஒரு முறை
நிலை சொல்ல வேண்டுமெனக்
கிளிகளை ஏவியவள்
காடனை அழைக்கின்றாள்
விரிசடையை கிளைபிரித்து
சிறுசடைகள் பின்னிக்கொண்டே

கானகத்தி சொல்வதைக் கேட்டவன்
கொம்பெடுத்து ஊத
குடிகள் வந்து சேர்கின்றனர்
படைகள் வரும் இன்றோ நாளையோ
நாங்கள் நால்வர் மட்டும் இங்கிருந்து செல்கின்றோம்
இனி யாரும் தொடர வேண்டாம்
என்று முடிப்பதற்குள் கூட்டம் கலைகிறது

குடில்கள் பிரிகின்றன கூண்டு வண்டிகள் நிறைகின்றன
கானகத்திக்குத் தெரியும்
அவர்களைத் தடுக்க முடியாது
எத்தனையோ முறை எடுத்துரைத்த முடிவு
தூரத்து மலையைத் தொட்டு மீள்கிறது
அவள் பார்வை

கன்றுகள் தொடர நடந்த பசுக்கள்
இருபுறமும் காளைகள்
முன்னே சூலியும் பின்னே காடனும்
இளைவன் மற்ற பிள்ளைகளோடும்
மூத்தவன் முதியவர் கூட்டத்துடனும்
இணைந்து கொண்டனர்
பெண்களும் ஆண்களும்
தலைச் சுமையுடன் நகர
இளையோர் படை வழிவிலக்கிச் செல்கிறது
மான்களுடன் புலிகளும் யானைகளும்
குரங்குகளும் காட்டின் உயிர்க்கூட்டம்
அத்தனையும் இடம்பெயரும் பெரும் பயணம்
 உண்ணவும் உறங்கவும் பொழுதற்ற நெடும்பயணம்.
காடனின் மனதில் தோன்றி மறைந்தது
காடுகள் விடுத்து மலைகளில் மறைந்து
வாழப்பழகிய முதல் பருவம்

காடுகள் மறைந்து கொண்டே வந்தன
மலைகள் நீண்டு கொண்டே சென்றன
அவனுக்கு ஒன்று புரிந்தது
ஒரு முறை காட்டை விட்டால்
மறுபடியும் அது கிடைக்காது.

மூன்றாம் நாள் படைகள் வந்து சேர்ந்த போது
வெறுங்காடு பறவைகளும்
பூச்சிகளும் அற்ற பெருங்காடு
இலைகளை உதிர்த்த மரங்கள் பூக்க மறுத்த கொடிகள்
வண்டுகளும் தும்பிகளும் ஓசைகளை பதுக்கிவிட
உலர்ந்து மடிந்த புல்வெளிகள்
காடன் இருந்த காடு கானகத்தி சுமந்து சென்ற காடு

துடியன் அடைந்த இடம்
தொலைதூர மலைத் தோட்டம்
காடன் களிநடனம் காண்பதற்குப் பெருங்கூட்டம்.

அரிக்கன் மேட்டில்* அமர்ந்த பெருமானே!

பாரதிக்குக் குயில் தோப்பில் இன்பக் களிப்பு
அதைவிடக் கள்ளுக்கடையும் வறுத்த கடலையும்.
பாரதிதாசனுக்குப் புதுவை நகர்
தரும் கிறக்கம் கொஞ்சமா
அதைவிடச் சாராயக்கடையும்
குடல் கறி மீன் வறுவல் இறால் முறுவல்.
தமிழ் தரும் களிப்பு கள்ளுக்கில்லைதான்
யாரால் மறுக்க இயலும் என்றாலும்
தமிழ் மட்டும் போதுமா தனித்திருக்கும் மனதிற்கு.
தமிழ்ச் சந்தம் தருகின்ற போதையறிந்தார்க்கு
தனியே இன்னொரு போதையெதற்காம் மாகாளி.
மாகாளி பராசக்தி பாரதிக்கு இணக்கம்.
மனிதர்களின் உயிர்ச்சக்தி தாசனுக்கு நெருக்கம்.
இருசக்தி வெவ்வேறாய்
இயங்கும் வகையறிந்த கவிகளுக்கும்
தன்னை உணரத் தமிழ் வேண்டும்

தன்னை உணராதிருக்கிற நொடியளிக்கும்
கள் வேண்டும்.
ஒரு சொல்லை இருவிதமாய் அசைபிரித்த போது
இடைவெளியில் தளைப்பட்டு நிற்கிறது காலம்.
தளைப்படாமல் பாடல் இல்லை.
தளைப்பட்ட பொருளை
அவிழ்ப்பதும் அழிப்பதும் அவரவர் பொறுப்பு.
அறிவதும் உணர்வதும் அவரவர் பாடு.
அரிக்கன்மேட்டில் அமர்ந்த பெருமானே!

யார் அளித்த பெயர் யார் பதித்த மொழி
எவர் நிறைத்த நினைவுகள்
எதன் வழியே பாய்கிறது எண்ணங்கள்
எதுவுன் உருவம், என் உன் உருக்குலைவு
எது உன் நிலைப்பு எது உன் அசைவு
எது உன் பூமி எது உன் வானம்
பதில்கள் கண்டபின் கேள்விகள் செய்கிறாய்
மறைப்பதில் உனக்கொரு திளைப்பு
மறைவதை அறிவதில் உனக்கொரு களிப்பு
அறிந்ததையே தேடி அறிவதுதான் மீதி
அரிக்கன்மேட்டில் அமர்ந்த பெருமானே!

கலவியில் காமத்தைத் தணிப்பது போல
கடவுளால் கேள்விகள் தீர்க்க இயலுமோ
கடவுளோ முடிகிறது காமம் தொடர்கிறது
காமத்தைக் கலவியில் பதுக்கி
கடவுளில் கேள்வியைப் பதுக்கி
வேட்கையில் வேட்கை கரைத்து
வேட்கையால் வேட்பதை அழித்து
வேட்கையை வேட்பதைத் தொலைத்து
அடங்காத இச்சையெல்லாம்

அடங்குமிடம் சொல்வாயா
அரிக்கன்மேட்டில் அமர்ந்த பெருமானே!

யவனர் கொணர்ந்த மட்டுபெய் மணிக்கலங்கள்
துறைமுகத்தில் வந்து இறங்கின
சித்தம் கலங்கி செயலிழக்க இச்சை கொண்டோர்
தத்தம் பங்கிற்காய் மொய்த்துக் கொண்டனர்
சீனர்கள் கொணர்ந்த அபினியுடன் சிறுகலம்
சித்தர் குழாமோ அப்பக்கம் உலவியது

மணிபல்லவத்திலிருந்து வந்திறங்கிய
பளிங்கில் வடித்த தியான புத்தன் சிலைகளோ
அருகன் மேட்டில் கவனிப்பாரற்றுக் கிடந்தன
கலங்கள் பொதுக்கைத் துறை விட்டுத்
தத்தமது தேசங்கள் போகும் வரை.
போதிதேவன் நம்மைவிட்டுப்
போய்விடவா போகிறான்
போதைப் பேச்சு ஊர்முழுக்க உலவியது
அறிவழிந்து நின்றாலும் அறிவதற்கு வழியானாய்
அரிக்கன் மேட்டில் அமர்ந்த பெருமானே!

*அருகன் மேடு என்பது மருவி அரிக்கன் மேடு ஆனதாகவும், போதிகை என்பது பொதுக்கை ஆனதாகவும் மரபு. மருவிய பெயருடன் மறைந்த பெயரின் குழப்பம்.

யோகினி மண்டலம்

"உயிர்த்திருத்தல் பற்றிய கற்பிதங்கள் இனியவை
அதைவிட இனியது அவற்றைக் கற்பிதமென
ஒவ்வொரு பொழுதும் அறிந்திருத்தல்"
  (இது ஒரு இசைப்பாடல் மொழிபெயர்ப்பில்
  முழுமையாக அமைவதில்லை)

உயிர்த்திருத்தல் பற்றிய கற்பிதம் இனியது
அதனினும் இனியது புனைவில் வாழ்தல்
அதனினும் அதனினும் இனியது
ஒரு பொழுதும் அவற்றைப்
புனைவென்றும் கற்பிதமென்றும் உணராதிருத்தல்.
  (இசைப்பாடலின் பாடபேதம்.
  இதில் மூல மொழியில் இல்லாத
  ஒரு இசை தானாக வந்து அமைந்திருக்கிறது)

ஒரு பிறப்பு நிகழ்கிறது
மகிழ்வதற்கு என்ன உள்ளது
(எனத்தொடங்கும் ஒரு யோகினிப் பாடல்)
இன்னொரு இறப்பைத் தொடங்கி வைக்கிறீர்கள்.
என்ன நிகழப் போகிறது என்பதை அறியாமலேயே
இன்னும் ஓர் உயிர் உங்களின் இரக்கமற்ற
விளையாட்டிற்குள் சிக்கிக்கொள்கிறது

பிறந்த உடலின் கண்களையோ விரல்களையோ
இதுவரைமுதலில் யாரும் பார்த்ததில்லை
பாலுறுப்பே எதற்கும் முதல்
அதற்குப் பிறகே அது பற்றிய
உங்கள் மொழி தொடங்குகிறது
விளையாட்டின் விதிகளும் அதற்கேற்ப

அதற்குப் பின் ஒவ்வொரு நாளும்
சொல்லிக்கொண்டே இருக்கிறீர்கள்
கருசுமந்த வயிறு பற்றி
கைபிடித்து நடக்கும் உறவுகள் பற்றி

பெற்றெடுத்தவை துணைதேடிப் பிரியும்போது
துயரப்பாடல் தொடுக்கின்றீர்கள்
ஒரு இறப்பைத் தொடங்கிவைத்த
உங்களுக்குத் தெரியாதா
பிறப்பைத் தொடரத்தான்
இத்தனை விளையாட்டும்
(எனத் தொடரும் யோகினிச் சித்த மண்டலம்)
பிறவாதிருத்தல் இன்பம்
பிறப்பறுத்தல் பேரின்பம்
பிறந்தும் தனித்திருத்தல்
பெறவியலா ஆனந்தம்

பிறப்பளித்த இன்பத்தைச் சுமந்தறியா மானிடரே
பிறத்தலே பெருந்துன்பம் என ஓர் நொடியும்
பிறழ்ந்துழலா மனம்தான் பேரானந்தம்.
   (என முடிகிறது யோகினிச் சதகம்)

பிறவாமை வேண்டும் பிறந்த பின்னர்
பிறவாமை வேண்டுமென விரும்பாமை வேண்டும்
திரிந்தாலும் பிறழ்ந்தாலும்
மறுமுறையும் நிகழாத ஒன்று இது என்பதை
மறவாமை வேண்டும்
நிதம் நிதம் இறவாமை வேண்டும்.
   (யோகினி அந்தாதியின் பாயிரம்)

அம்மா அழித்த பெண் கரு

அம்மா உன்னிடம் ஒன்று சொல்ல வேண்டும்
அவள் அடிக்கடிச் சொல்லும் வாக்கியம்
உம் என்ன என்ற அம்மாவின் குரலில்
அழுந்திப் புதையும் வாக்கியம்
தோழிகளுடன் பிணங்கிய பருவங்களில்
அவள் அடைந்து கிடக்கும் அறையை
சோதனையிடும் அக்கா
அவள் கைப்பேசியை அவளறியாமல்
துப்பறியும் அண்ணன்
கமுக்கமாக வெளிநாட்டில் இருக்கும் நண்பனின்
குடும்பத்தை வரவழைத்து
பெண்பார்க்க வைத்த தகப்பன்
உன்னுடைய சுதந்திரத்தில் தலையிட மாட்டேன் என
உறுதியளித்த நண்பனின் மனைவி
தனக்கு மெகந்தி ரொம்பப்பிடிக்கும் எனச் சொன்ன
நண்பனின் மூத்த மகன்

மெகந்தி வரைய வந்த தோழிகளிடம்
சொன்னாள் கையிலும் காலிலும் மட்டுமில்லை
உடல் முழுக்க வரைய வேண்டும்
ஒரு இடம் விடாமல்
மணப்பெண்ணை அழைக்க வந்த
ஒவ்வொருவரும் திரும்பிப் போய்
மணமகனிடம் சொன்னார்கள்
மெகந்தி முடிந்தால்தான் மணவிழாவாம்.

(ஒரு ஹரியானா கிராமியப்பாடல். தமிழில் அதன் பேச்சு வழக்கு முற்றிலும் அழிந்து விட்டது. ஒரு மொழிபெயர்ப்பாளனாக இதற்கு மேல் ஏதும் செய்யவியலா நிலையில் இருக்கிறேன். என்றாலும் பாடலைவிடவும் கவித்துவம் இதில் சற்று அதிகம்.)

வரைபட தேசம்

இப்பொழுதெல்லாம் போர்ச் செய்திகள்
தாக்குதல் பற்றிய தகவல்கள்
காணாமல் போகிறவர்கள்
கைது செய்யப்பட்டவர்களின் பட்டியல்கள்
நகரங்களின் மீது குண்டு பொழியும்
விமானங்களின் படங்கள்
காட்டுப் பகுதிகளில் சமவெளிகளில்
அதிரடிப்படையினரின் சாதனைகள்
என எதுவும் எனது உலகில் இல்லை.

விசாரணைக்காக அடைக்கப்பட்டு
ஆன காலம் கணக்கில் இல்லை
சித்திரவதைகளின் வகைகளை என்னிடம்
சோதித்துப் பார்த்த நிபுணர்கள்
இன்று வரை நான் சொல்வதை நம்புவதில்லை
வரைபடத்தில் இருந்த அந்த தேசத்தை நான்

எங்கும் பதுக்கி வைக்கவில்லை
அப்படியொரு நாடு இருந்ததே இல்லை
ஒவ்வொரு முறையும் ஒரு ஊசி தைக்கிறது முதுகில்
உன்னுடைய அறையில் இருந்த
இந்தத் தேசப்படம் பிறகு எதற்கு
இருந்து இல்லாமல் போனதா
இல்லாமல் இருந்து கொண்டிருந்ததா
இல்லாத தேசத்தில் நீ எப்படி
இருந்து கொண்டிருந்தாய்
எனக்கே என்னிடம் இல்லாமல் போன பின்னும்
இவர்களிடம் மீந்திருக்கிறது எனது தேசம்
ஒரு வரைபடமாக.

(வரைபட மனிதர்கள் தொகுப்பில் விடுபட்ட கவிதை, இதனை எழுதியது ஓய்வு பெற்ற ஒரு சிறையதிகாரி என்கிறது குறிப்பு)

நகுலன் படித்த நாய்கள்

நகுலனை எனக்கு ரொம்பப் பிடிக்கும்
நாய்களை நகுலனுக்கு ரொம்பப் பிடிக்கும்
நகுலனைப் படித்த நாய்கள்
நகுலனைப் பற்றிச் சொல்லும் போது
அப்படியொரு அணுக்கம்
நகுலனைப் படிக்காத நாய்கள்
நகுலனைப் படமெடுக்கும் போது
நாய்களும் அதை விரும்புவதில்லை

நகுலனைச் சந்திக்க நண்பர்கள்
அழைத்தபோதெல்லாம்
மறுத்துவந்த நான்
நகுலனைச் சந்தித்தது ஒரே ஒரு முறைதான்

நகுலன் வீட்டுத் தெருவில் அன்று நாய்களே இல்லை
என்பது எனக்கு
அதிசயமாகத் தோன்றியது

நகுலன் வீட்டு வாசலில் நெடுநேரம்
அழைக்காமல் காத்திருந்தேன்
வெளியே ஒருமுறை வந்த அவர்
நான்தான் நகுலன் என்றார்
எந்த நகுலன்
நான் கேட்கவுமில்லை
அவர் சொல்லவுமில்லை.

(இடையிடும் பிரதியெனக் கொள்வார் கொள்க)

பனிக்கறை வாசகம்

பாறைகளின் உட்சுழிவுகளில் பதுங்கியிருக்கிறவை
அலைகளின் நுரைப்பரப்பில் இரைந்து கிடக்கிறவை
தூவிக் குடை சுமந்த விதை முனைகளில்
ஒட்டி மிதக்கிறவை
சுடர் தணிந்து புகைவிரிக்கும்
நிறக்கோட்டில் நெளிந்தலைகிறவை
ஓட்டினைக் கொத்தி உள்ளிருந்து வெளிநழுவும்
அலகின் நுனியில் தொக்கி நிற்கிறவை
நிணம் பூசிய உடல் காய்வதற்குள்
ஓடிப்பழகும் குட்டிகளின்
கருத்த விழிகளில் ஒளிர்ந்திருக்கிறவை
இதையெல்லாம் சொற்களாக்கி வைத்திருப்பவர்களை
இந்த உலகின் அத்தனைக் கனவுகளும் கவியட்டும்.
தம்மைத் தவிர வேறு எதையெதையோ
சொல்லித் திரியும் பாசாங்கும்
தன்னை மற்றொன்றில்

ஓயாமல் மறைத்துக் கொள்ளும்
மாறுவேடத் தந்திரமும் கொண்ட சொற்களிடமிருந்து
பதுங்கி வாழத்தெரிந்தவர்களுக்கு
இந்த உலகின் அத்தனை இசையும் வசப்படட்டும்.

கேட்கவும் சொல்லவும் யாருமற்ற தனிமையில்
தற்கொலை செய்து மடியும் நெடிய வாசகங்களின்
முணகல்களைக் கேட்கத் தெரிந்தவர்களுக்கு
உலகின் அத்தனைக் கவிதைகளும் மனனம் ஆகட்டும்.

பளிக்கறைக்குள் பதுங்கியிருக்கும்
நிரப்ப முடியா வெற்றிடத்தைக் கண்டபின்னும்
மீண்டுவரும் சிலர் மட்டும் எப்போதும் போல
பொருளின்மை அறியாத
பெருங்களிப்பில் திளைக்கட்டும்.

கவிதைக்குள் ஒரு சொல்

புழுக்கள் தந்த சொற்கள் நெளிந்து மயக்கின
பறவைகள் தந்து சென்ற சொற்கள்
திசைகளைக் குவித்தன
விலங்குகளிடம் பெற்ற சொற்கள்
காடுகளின் பசுங்காற்றை நிரப்பின
பூச்சிகள் கொண்டுவந்தவை
மண்ணின் கனவுகளைக் கிறுக்கி விளையாடின
வண்டுகளின் வார்த்தைகள்
இலைகளில் பதுங்கிய புயலை நடித்துக் காட்டின

மீன்களைப் பற்றிச் சொல்ல என்ன இருக்கிறது
சொற்களின் இடைவெளிகளில்
நீந்தி வெளியேறி அர்த்தங்களின் நுனிகளைக்
கொறித்துச் சிரிக்கின்றன

அமைதியாய் கவனித்துக் கொண்டிருந்தவரை
எல்லாம் அதனதன் இசையுடன் மிதந்தன
அருகில் சென்று ஒரு விரல் நீட்டி
என் சொல் ஒன்றையும் அதில் இட
நினைக்கும் அடுத்த நொடியில்
மீறுகிறது ஒரு வெற்றிடம்.

சிதறி மறையும் நொடியின் பதற்றத்தில்
ஓர் ஈசல் விட்டுச் சென்ற ஒற்றை இறகு
இமையில் ஒட்டி அதிர்கிறது.
வெற்றிடத்தில் மிஞ்சிய இச் சொற்களில்
ஒலிக்குறிப்பாய் அது படிகிறது.

ஒரு துளி

குருதியைக் கண்டதும் மயங்கிவிழும் குழந்தைப் பருவம் மறந்து குருதியை தெளிவித்து ஏற்றுமதி செய்யும் தொழில்கூடத்தில் பணியில் சேர்ந்தவன் நான். எழுத்துத் தேர்வு நேர்முகத்தேர்வு இரண்டிலும் அதிக மதிப்பெண்கள்.

ஓராண்டு திறனறி காலம், ஆய்வறைக்குச் செல்லாமல் ஒவ்வொரு நாளும் குருதி தரும் ஆட்களைக் கொண்டுவர வேண்டும். மருத்துவமனைகளுக்கான குருதியல்ல என்பதால் அது கடினமான வேலை.

உயிர் காக்கவோ அறுவைச் சிகிச்சைக்குப் பின் செலுத்தவோ இந்தக் குருதி பயன்படுத்தப்படுவதில்லை. தூய ரத்தம் துல்லியமான குருதி, பாலிதின் பையில் அடைக்கப்பட்ட நிறம் மாறாத குருதி. உலக நாடுகள் முழுக்கச் செல்கிறது முறையான அனுமதியும் ஆண்டுக்கு பல மில்லியன் அந்நியச்

செலாவணியும் கொண்ட அமைதியான ஆய்வுக்கூடம்.

வெள்ளை உடையில் மருத்துவ விஞ்ஞானிகள் ஒரு நாள் தேநீர் இடைவேளையில் பேசிச் சிரித்துக் கொண்டனர் இனி யாரையும் மருத்துவமனைக்குக் கொண்டு வரவேண்டிய தேவை இல்லை, புதிய ஆட்சியில் அவரவர் இருக்கும் இடங்களுக்கே சென்று குருதியை எடுத்துக் கொள்ள புதிய சட்டம் அதற்கான கருவிகளும் பிறநாடுகளில் இருந்து நேரடியாகப் பெறலாம்.

ஆலோசனைக் கூட்டத்தில் அதைவிட மகிழ்ச்சியான செய்தி இனிக் குருதி பெற பணம் வழங்கத்தேவையில்லை. ஒரு குறிப்பிட்ட அளவு ரத்தத்தை யாரிடமிருந்தும் சோதனைக்கென எடுத்துக் கொள்ளலாம். அத்துடன் கலவரங்கள் தாக்குதல்கள் நடக்கும் இடங்களில் தனி முகாம் அமைத்துக் கொள்ளலாம் அப்போது எடுக்கப்படும் குருதியின் அளவு தகவலறியும் உரிமைச் சட்டத்திற்குள் வராது.

இரண்டு ஆண்டுகளில் இருபத்து நான்கு நாடுகள் செல்லும் வாய்ப்பு எனக்கு அதற்குப் பிறகுதான் கிடைத்தது. குழுவினர் கலந்து கொள்ளும் விருந்துகளில் ஒப்பந்தங்களுக்கான தனிச் சந்திப்புகளில் நான் சந்தித்த பலரிடம் கேட்டிருக்கிறேன் எங்களிடமிருந்து வாங்கும் குருதி எங்குச் செல்கிறது எதற்குப் பயன்படுகிறது, யாருக்கும் பதில் தெரியவில்லை.

ரத்த வகைகள் தூய்மை செய்யும் முறைகள் பாக்கெட்டிங் அளவுகள் அதில் அச்சிட வேண்டிய வாசகங்கள் இதைத் தவிர வேறு எதுவும் அவர்களுக்குத் தெரியவில்லை.
எங்கள் விஞ்ஞானிகளுக்கோ அது பற்றிக் கேட்கக்கூடாதென்பது ஒப்பந்தம் மூன்றாம்

ஆண்டில் நகரங்கள் தோறும் லேப்கள் அமைத்த எங்கள் குழுமத்தை மொத்தமாக வாங்கியிணைத்துக் கொண்டது வேறொரு குழுமம்.

அந்த முறை ஐரோப்பியப் பயணத்தில் தனி விமானம் அரசு மரியாதை அப்போதும் சிலரிடம் அது பற்றிக் கேட்டேன் பதில் இல்லை. அடுத்த நிதியாண்டில் புதிய வாசகம் ஒன்று பைகளில் அச்சிடப்பட்டது உள்நாட்டில் விற்பனைக்கில்லை, தனி விமானம் தனி ஓடுதளம் எல்லாம் கொண்ட புதிய வர்த்தக வளையம்.

எதற்காக இந்தக் குருதிப் பொதிகள், சோதனைக் கூடத்தில் அறியமுடியாது அதனால் ஒரு துளி நிலைமாறிய ரத்தத்தை எடுத்து வந்து ரகசியமாக வீட்டில் வைத்து சோதனை செய்தேன்.

அதற்கு மேல் எடுப்பது ஆபத்து ஒவ்வொரு நாளும் ஒரு துளி மட்டும் ஆறுமாதங்கள் கடந்து விட்டன விடை கிடைக்க இன்னும் சில மாதங்கள் ஆகலாம்.

அன்று தனியறையில் நானும் சில அதிகாரிகள் மட்டும் புதிய பழக்கமாய் மதுக் கிண்ணம் பரிமாறப்பட்டது திரை ஒளிர சில படங்கள் நான் வெவ்வேறு நபர்களுடன் தனித்தனியே பேசும் காட்சிகள் அதற்கடுத்து ஒரு துளியை அடைத்து எடுத்துச் செல்ல நான் உருவாக்கிய எனது கடிகாரத்துடன் இணைந்த குமிழ், நாள் மணி கணக்குடன் நான் எடுத்துச் சென்ற துளிகளின் பட்டியல் எனக்குப் பின்னால் நின்ற இரண்டு புதிய அதிகாரிகள்.

அடுத்த சில நிமிடங்களில் அவர்களுடன் வீட்டுக்கு வந்தேன் என் மகளையும் மகனையும் அறிமுகப்படுத்திவிட்டு மனைவியிடம்

கண்ணசைவில் சொன்னேன் அவள் அவர்களை காரில் வெளியே அழைத்துச் சென்றாள் என் அறையில் இருந்த சோதனைக் கருவிகளைத் தனித்தனியே விடியோ செய்து கொண்டனர். மறுநாள் எனக்கு வந்த உத்தரவில் புதிய பணி, இனி நான் சோதனைக்கூடத்திற்குச் செல்ல வேண்டியதில்லை. வீட்டிலிருந்தே சோதனையைத் தொடரவேண்டும். வீடுமுழுக்க கண்காணிப்புக் கருவிகள் முழு நேர இணைப்பு. தினம் ஒரு துளி குருதியை நிறுவனம் அனுப்புமா? தொலைபேசியில் ஒலித்த குரல் சொன்னது மகன் மகள் மனைவி மூவரிடமிருந்தும் தினம் ஒரு துளி குருதி நிலைமாற்றம் செய்தல் அதன் பயன்பாட்டை அறிதல் அறிக்கை அனுப்புதல், உன்னுடைய குருதிக்கு அனுமதியில்லை ஒரு வார ஓய்வுக்குப் பிறகு சோதனையைத் தொடரலாம்.

வங்கிக் கணக்கில் பெரிய தொகை ரகசிய அறையில் புதிய சாதனங்கள் ரசாயனக் குமிழ்கள், இருமுனை இணைப்புக் கொண்ட கணினி. மலைநகரம் ஒன்றிலிருந்து திரும்பி வந்த மறுநாள் ஒரு துளியில் இருந்து தொடங்க வேண்டும் மகன், மகள், மனைவி யாருடைய விரலில் தொடங்குவது.

குழப்பத்தில் அமர்ந்திருந்தபோது சமையலறையில் இருந்து கூச்சல் எலுமிச்சை அறுத்த மனைவியின் விரலில் ரத்தம் மயங்கிச் சரிந்த மகளைத் தாங்கிப்பிடித்தபடி விரலை வாயில் வைத்து ரத்தத்தைத் தடுத்தேன் ஒரு துளி, இன்னும் ஒரு துளி சுவை, ஏதோ ஒரு சுவை, இன்னும் ஒரு துளி வேறு ஒரு சுவை, விரலை இழுத்துக் கொண்டவள் சொன்னாள் இதுகூடத் தெரியாதா ரத்தம் சுவைமிக்கது ஆனால் ஒரு இரு துளிகள்தான்.

கேமராக்களின் துளித்துளி வெளிச்சம் விட்டுவிட்டு ஒளிர்ந்தபடி இருக்கிறது.

காணாமல் போன அம்மா

விழுந்து விழுந்து சிரிக்கும் அம்மாவை
அவள் ஒரு முறையும் பார்த்ததில்லை
தோழிகள் போல நிறுத்த முடியாமல்
உடல் குலுங்க புரைக்கேறி
தவிக்கின்ற அம்மாவையும் பார்த்ததில்லை
நினைவுபடுத்திப் பார்க்கப்பார்க்க
அம்மா சிரித்து அவள் பார்த்ததே இல்லையோ.
புன்னகை மட்டும் சிறுதும் பெரிதுமாய்
உதடுபிரியாத ஒரு துண்டு புன்னகை
ஓரத்தில் சுழித்துத் தேங்கும் ஒற்றைக் குறுநகை.

அம்மா அழுதும் அவள் பார்த்ததில்லை
கண்ணீரும் கதறலும் கேட்டதில்லை
கண்மை கரைத்துக் கன்னம் தாண்டி
கழுத்தில் வடியும் நீர் விழுதுகளையும்
அவள் கண்டதில்லை.
குலுங்கிக் குலுங்கி உடல் குன்றிக் குறுக

அம்மா அழுத்ததுண்டா தெரியாது.
பாதி முகத்தை முடி மறைக்க
அதற்குள் பதுங்கிய இறுக்கம் மட்டும்
அம்மா என்ன அழுகிறாயா
நெருங்கிப் போய் அணைப்பதற்குள்
அனைத்தையும் திருத்திய கை
அவளை எடுத்து மடியில் கிடத்திக் கொள்ளும்
கண்ணீர் காய்ந்த முகத்தில்
எல்லாத் துயரத்தையும் புகைய விடும் புன்னகை

தனித்திருக்கும் பொழுதுகளில்
அம்மாவிடம் எஞ்சுவது
இதழோரப் புன்னகையா
இமைவிளிம்புக் கண்ணீரா
அது அவளின் பெரும் மர்மம்.

அம்மா வெட்கப்பட்டு அவள் பார்த்ததில்லை
அரைக்கண் மூடி ஒரு இதழ் சுழித்து
கிறக்கம் காட்டும் அம்மாவையும்
அவள் கண்டதே இல்லை.
சமையல் அறைப் பொழுதுகளில்
உள்ளுக்குள் முரலும் பழைய பாடல்கள் கூட
இவள் நிழல் அசைவில்
உள்ளுக்குள் உறைந்து போகும் அம்மா
பாடியும் இவள் பார்த்ததே இல்லை.

முதல் முத்தம் சுவைத்து முதல் இறுக்கம் இழைந்து
வீடு திரும்பிய ஒரு மாலைப் பொழுதில்
வழக்கம் போலவே கால் நீட்டி அமர்ந்து
காப்பி எடுத்துவா என்றதும்
வெடுக்கென எழுந்து

போ போயி முதல்ல குளிச்சிட்டு
வந்து காப்பியத் தொடு
சமையலறை நோக்கி நகர இருந்த அம்மாவை
என்னாச்சி என்றபடி தொடப்போனவளிடமிருந்து
விலக்கிக் கொண்டவள்
'தொடப்பக்கட்ட' அம்மாவிடம் அந்தச் சொல்லை
அப்படி ஒரு குரலில்
அவள் கேட்டதே இல்லை.

அறைக்குள் பதுங்கி அரையுடை உடுத்தி
அடுப்பங்கரை சென்றவள்
தானே கலக்கிய காப்பிக் கோப்பையுடன்
மீண்டும் அறை நோக்கி நகர்ந்த போது
அம்மா சொன்னாள்
உன்னோட காப்பி இங்க இருக்கு
திரும்பிப் பார்க்காமல்
அழுத்தமாக முணுமுணுத்தாள்
அத உன் துடப்பக்கட்டக்குக் குடு.
அம்மாவிடம் அதுவரை அவள் காணாதவை
சிரிப்பு அழுகை வெக்கம் பாட்டு
சிணுங்கல் கண்ணீர்
அதற்குப் பிறகு அம்மாவைக்கூட.

பாட்டி வைத்தியம்

அடைகாக்கும் பெட்டியில் இருந்தவன்தானே நீ.
ஆயா சொன்னபோது புரியவில்லை.
நாற்பது நாள் அதே அந்த அறைக்கு வெளியே
படுத்துக் கிடந்திருக்கிறேன்.
ஒரு சிசுவை எலி வந்து எடுத்துப் போனதாம்.
ஒரு சிசுவோ மின்சூட்டில்கருகி விட்டதாம்.
கண்திறக்காத உன்னைக் கையிலும் ஏந்த முடியாது.
மின்சாரப் பெட்டியில்தான் நீ கிடந்தாய்.
இன்னும் நம்ப முடியலடா
நீ உயிரோட ஆட்டம் போடுகிறாய் இப்போது.
பாட்டி சொன்னபோது பயமெல்லாம் ஒன்றுமில்லை.
அழுதால் கேவலில் மூச்சு முட்டும்
ஆடினால் நெஞ்சில் தேள் வந்து கொட்டும்
தூங்கும் போது வந்து மூச்சைத் தொட்டுப் பார்க்கவும்
ஆடியலையைப் போனால் அள்ளியெடுத்துத் தடுக்கவும்
பழக்கிவைத்திருந்தார்

அக்காக்களையும் சித்திகளையும்.
அழுதால் அவனுக்கு மூச்சு முட்டும்
அழாமல் பார்த்துக் கொள்ளுங்கள்
ஆயா எங்களை விட்டுப் போகும் முன் சொன்னது.
அழுகையின்றி வாழ்வா
அழாமல் பார்த்துக் கொள்ள யாரால் முடியும்.
யாரும் பார்க்கும் போது அழாமல் இருக்கலாம்
அவ்வளவுதான் பாட்டியம்மா.

தோழியர் கூற்று

குருதிப்பூவின் குலை கொண்டு வந்தான்
கொஞ்ச நேரம் ஏதும் பேசாமல் நின்றான்
கொத்து மலரைக் கையில் திணித்து விட்டு
கொடிபடர் வேங்கை மரத்தின் பின்
அவன் மறைந்தான்.
கையிலிருந்த மலர்க்கொத்தைத்
தடவிக் கொடுத்தபடி
எத்தனை நாளாய் நடக்கிறது கள்ளி
என்றாள் தோழி
பொன்னணி வரகும் பூவணில் வால் தினையும்
உன்னையழைத்த இப்பருவத்தில்தான் தொடங்கியது
ஆனால் இது எனக்கல்ல உனக்கு.

இருவரும் நெடுநேரம் பார்த்துக்கொண்டனர்
வெடுக்கெனப் பிடுங்கியவள்
விட்டெறிந்தாள் தூரத்தில்

வேங்கை மரம் கடந்து மண்ணில் கிடந்தது கொத்து
சிணுங்கியபடி கேட்டாள் இவள்
ஏனடி இப்படிச் செய்தாய்
சிணுங்கலைத் கேலியாய்க் கிணுங்கியவள்
தேனடி உன் சிணுங்கல்
தினைப்புனம் திரும்பலாம் என்றாள்
கிளிக் கூட்டம் ஒன்று கீழிறங்கிய போது
கவணெடுத்த தோழியின் கைப்பிடித்தாள்
வரகும் தினையும் வலிய மனிதர்க்கு மட்டுமா
கிளி தின்றது போக நாம் உண்போம்
கீழே போடடி சிறு கல்லை
கேட்டவள் மறந்தாள் மறுசொல்லை
இருவரும் அதிகம் பேசிக்கொள்ளவில்லை
இரண்டு மூன்று நாட்களுக்கு.

குன்றுகள் மழையில் மறைந்தன
கூட்டப் பறவைகள் கிளைகளில் ஒடுங்கின
பாதைகள் பாய்கிற ஓடைகளாயின
பார்வை படும் திசைகள் நீர்த்திரை மேவின.

விழல் கூரை பொழில் முற்றம்
விளையாடும் மழைப் பெருக்கு
தலையாடை நெகிழ்வறியா
தண்ணீரில் ஆட்டக்களிப்பு
செவிலித்தாய் பார்வையில்
சிறுமணலாய் விழுந்தது
தன் மகளைத் தனியே அழைத்தவள்
கடிந்து கொண்டாள்
மழைவிட்டும் வாராமல் அடுப்படியில்
இருந்தவளை என்னடி ஆனது
எனக் கன்னம் தொட்டாள்

தொடாமல் பேசடி தொந்தரை செய்யாதே
சுணங்கிய அவள் சொல் சுட்டுவிட விலகிவந்தாள்.

அன்று இரவு இருவரும்
அவரவர் தாயுடன் உறங்கச் சென்றனர்
அடையா இமைகளால் தீயைத் தின்றனர்
பேச்சற்று இருக்கும் நாட்கள்
இரண்டோ மூன்றோதான் இதுவரை
பிறைநிலவு முழுதாகிப் பின் தேயத்தொடங்கியும்
கரையாத பிணக்கம் இதுதான் முதல் முறை
மூச்சற்று நீர் அமுங்கும் நெடுமௌனம்.

அச்சன் இருமுறை இல்லம் வந்து போனான்
அண்ணன் காட்டுப் பன்றிக் கறி தந்து சென்றான்
குடுக்கை நிறையத் தேன் கொணர்ந்த தம்பி
மாலை இருந்து முயல் வறுவல் தின்று போனான்

பசலை படர்ந்தவள்
தேன் மாவைத் தின்றாலும்
வாந்தியெடுத்திளைத்தாள்
நோய் வலையில் விழுந்தவளை
தாய் மருந்தும் மீட்கவில்லை
பாயோடு கிடந்தவளை மீட்டெழுப்ப
பாடலுடன் வந்தாள் அகவன் மகள்.
தோழியும் கட்டுவிச்சியும் தோட்டத்தில் இருந்தபடி
காதொடு முகம் கவியப் பேசிக்கொண்டதை
பாதிக் கண்கொண்டு பார்த்தவள் கலங்கிப் போனாள்.

குன்றின் பெயர் சொல்லடி என்ற
அகவன் மகளிடம் அமுக்கமாய் சொன்னாள்
எம் குன்றம் அறிவேன் இதிலுள்ள

பூவெல்லாம் அறிவேன் உன் குன்றம் எது.
அகவன் மகளிடம் செவிலித்தாய் சொன்னாள்
அறியா பெண்ணவள் அணங்கிடம் கேட்டுச் சொல்.
கட்டுவிச்சி நெல் பரப்பி கைவிரலால் எழுதினாள்
புலிக் கொன்றை பூக்கின்ற மலைநாடன்
விளிக்கின்ற தொலைவில்தான் இருக்கின்றான்.

மூத்தோர் உவப்ப முறை செய்தார்
இளையோர் களிக்கும் களம் செய்தார்
வதுவைக் கூடல் பெருங்கூட்டம்
வாசல்கள் தோறும் குறிஞ்சிப் பண்.

சுற்றம் மகிழ்ந்து முன்னே நடக்க
தூரத்துக் குன்றம் நோக்கி அவன் நடந்தான்
குருதி நெடி தீராத அம்பும் வில்லும்
பிரியா துணையாக அவனிடம் இருந்தன
மார்பின் தழும்புகள் அவன் கண்ட களங்களின்
எண்ணிக்கைச் சொல்லின
பேசாமல் தொடர்ந்த அவள்
பாதை வளைகின்ற இடத்தில் நின்றாள்
பார்வை கலங்க தொலைவில் கண்டாள்
செவிலித்தாயுடன் தோழியும் சிலரும்
கண்பட்ட முயலெனக் கால்கள் விரைந்தன
கண்டவர் கையெல்லாம் வாய் பொத்திக் கொண்டன
முன் சென்ற கால்கள் பின்வரக் கூடாதெனும்
மூதின் மகளிர் வாக்கில் கலங்கினர்
செவிலித் தாயின் முதுகில் ஒடுங்கியவளை
செவிமடல் பிடித்து இழுத்து அணைத்தாள்
ஏனடி இப்படிச் செய்தாய்
நான் இருப்பது பிடிக்கலையா
சிணுங்களில் தொடங்கி கேவலாய் வெடித்து
மயக்கமாய்த் தளர்ந்தாள்.

அணங்கு தீண்டிய அவள் அயர்ந்து படுத்திருக்க
கூந்தலை வருடிக் கொடுத்தபடி
தோழி கெஞ்சினாள்
ஒரு வாய் தினையைச் சாப்பிட மாட்டாயா
செல்லச் சிணுங்களுடன் அழுகையும் கலந்தது
தாய் வந்து பார்த்து கண் துடைத்துக் கொண்டாள்
எந்த அணங்கு வந்து படிந்ததோ அறியேன்
எப்போது மறுஇல்லம் போவாள் தெரியேன்.

கட்டுவிச்சி ஒரு முறை வேலன் ஒரு முறை
காட்டுப் பூக்குவியலில் படையல் இடுகின்றார்
கால்கடுக்க முறை வைத்து வந்து வந்து செல்கின்றார்.

அகவன் மகளே அகவன் மகளே
இரவின் பாகால் இழைத்த மென் கூந்தல்
இருந்தும் தனித்துரையும் அகவன் மகளே
பாடுக பாட்டே பாடுக இன்னும்
தோழியர் இருவர் தோள் பிணைந்துறங்கும்
தோற்றம் கொண்ட எம்
தொல்லெழில் குன்றம் பாடிய பாட்டே.

அகவன் மகள் தனக்குள் நகைத்தபடி
அடுத்த வரியைப் பாடத் தொடங்கினாள்.

சொல் பெருகும் வனம்

அணிலாடு கனவு

எழுத அமரும் போதெல்லாம்
சன்னலோரம் வந்துவிடுகிறது அது.
அவள் இருப்பதே தெரியாதது போல
கம்பிகளில் கதவுகளில்
சில்லாட்டம் செய்கிறது.
சில சமயம் தரையில் உடல் பரப்பிக்
கிடக்கும் அதனைப் பார்க்கும் போது
உயிரற்றது போலத் தோன்றத் திடுக்கிடுகிறாள் அவள்.
கண்ணாடிக்கு வெளியே
இரு கைகளைக் குவித்தபடி நிற்கும்
அதனைப் பார்க்கும் போதும் திடுக்கிடுகிறாள்.
மேசை மீதுள்ள குழந்தை புத்தனின்
சிலையை அவள் மறைத்து வைக்கிறாள்.
பாதுமையும் முந்திரியும் வைத்து
காத்திருக்கிருக்கும் போது
அவளறியாத ஏதோ ஒரு பழத்தைக்
கொண்டுவந்து கொறிக்கிறது
அவள் இருக்கும் பக்கம் பார்க்காமல்.

தின்று முடித்த பின்
தரையில் முகத்தைத் தளர்த்தியபடி
அவளையே பார்த்துக் கொண்டிருக்கிறது
எழுத்துகள் தடுமாற
அறைவிட்டுச் செல்கிறாள்.

காய்ச்சலில் அனத்தியபடி
கிம் கி டுக் படம் பார்த்துக் கொண்டிருந்தவள்
கண்ணசந்து போனாள்.
விழித்தபோது மேசை மீது
மலைத் தோட்டக் கனிகள்
சில மூலிகை இலைகள்
சன்னலின் விளிம்பில்
வால் மட்டும் தெரியப் பதுங்கியிருந்தது அணில்.
கன்னத்தில் கழுத்தில்
இருக்கிற மச்சங்களையெல்லாம்
கொறித்துத் தின்றுவிடவா
என்றபடி நெருங்கிய அணிலை
அடிக்கக் கைஓங்கியபடி
எழுந்தவள் படுக்கையில் இருந்து
கீழே விழுந்து விழித்துக் கொண்டாள்
உறக்கம் போனதே எனச்
சிணுங்கிச் சிணுங்கி அழுதபடி
கணினியில் அவள் வரைந்த
அணில்களுக்கெல்லாம் வண்ணவண்ண வால்கள்.

அம்மா அனுப்பிய
கடிதத்தைப் படித்துக் கொண்டிருந்தாள்.
மீண்டும் ஒரு காதலாம்
சிணுங்கிச் சிணுங்கி சொல்ல வரும் வரிகள்
சரி அம்மா நடக்கட்டும்.
கடிதத்தை மார்மீது
வைத்தபடி கண்ணயர்ந்தவள்

பூமுடித் தூரிகைகள் முகமெங்கும்
உரசியதில் பதறிப்போய்
எழுந்து நின்றாள்
வெளியே வேலியெல்லாம்
அணில்களின் கீச்சொலிகள்.

ஓட்கா வாசனையுடன்
அவள் தந்த முத்தங்களை
முகம் திருப்பி மறுத்துவிட்டு
கவிழ்ந்து படுத்துக் கொண்டாள்
அறைமுழுக்க அணில்கள்
அவிழ்ந்த உடையெல்லாம்
அணில் வால் கொத்துக்கள்.
உடலெங்கும் பூந்தூவிப் புயல் வீச்சு.
போகும் போது அவள் தந்துவிட்டுச் சென்ற
அணில் குட்டியை உள்ளங்கையில்
பொத்தி வைத்து உறங்க வைத்தாள்.

எதுவூட்டி வளர்ப்பதெனத் தெரியாமல்
கூகுளில் தேடிக் கொண்டிருந்தவளின்
மார்பிடையில் உறங்கியது
அணில் பிள்ளை
சன்னல் பக்கம் சிலும்பிய அதனைக்
கண்டவுடன் நிம்மதிப் பெருமூச்சு
வழுக்கி விழ இருந்த அணில் சிசுவை
பாய்ந்து வந்து தாங்கியது அணிலம்மா
எங்கெல்லாம் தேடுவது செல்லக் குட்டி
இங்கு வந்தா உறங்குவது சரிதான் போ.

சன்னல் திறந்தே கிடக்கிறது
தோட்டமெங்கும் ஒலிக்கிறது
அணில் சிரிப்பு.

கூடுபாய்தல்

இறக்கை முளைக்கவில்லை
என்றாலும் தெரிகிறது புறாக்களுக்குத்
தாம் பறக்கத்தான் பிறந்திருக்கிறோம் என்று.

பிடிக்க நீளும் கைகளிடம் இருந்து தப்பிக்க
அவை ஓடுவதில்லை பறக்கவே முயல்கின்றன.

எத்தனை நெகிழ்வுடன்
கையில் பிடித்தாலும்
காடுகளைக் கண்டு
கலங்காத இதயம்
கலங்கித் துடிக்கிறது
ஒற்றை வானத்தின் உயிர்
ஒரு கோடி புறாக்களுக்குள்
ஒளிந்துள்ளது புரிகிறது.

பழகிய பின் புறாக்கள் உங்களையும்
ஒரு துண்டு வானமாகவே காணக்கூடும்.

துரத்தினாலும் மீள வந்து
தோள் அமரப் பழகிய
புறாக்களிடம் கேளுங்கள்
நாம் நினைப்பது போல்
வானம் ஒன்றுதானா

புறா வளர்க்கும் உன்னை
நூதனமாய்ப் பார்க்கும்
பெயர் சொல்லாப் பறவை ஒன்று
ஏளமனமாய்ப் பார்க்கிறது
வானம் என ஒன்று இருக்கிறதா.

பிரம்புகள் பின்னல்கள் கொண்ட
அழகிய கூண்டுதான் ஆனாலும் என்ன
குறுவாசல் திறந்து கிடக்க
காணாமல் போயிருந்தது
அழுகையில் விம்மும் என் மகளிடம்
எப்படிச் சொல்வது உடலை எடுத்துக்கொண்டு
வானத்தைப் பரிசாக
வைத்துச் சென்றிருந்த கிளி பற்றி.

சன்னலோரம் நின்று தொடுவானைப் பார்த்திருந்த
அந்தப் பொழுதில் தோள் மீது வந்து இருந்து
கழுத்தருகில் அலகுரசி தலைமீது நகம் பதித்து
மறுபக்கம் கீழிறங்கி பின் கழுத்தில் கீறலிட்டு
முடிஇழைகள் சில கோதி காதோரம் முசுமுசுக்கும்
இது என்ன புதுப்பழக்கம்
கண்டுகொள்ளாமல் நிலைக்கிறது என்பார்வை

பார்க்க மட்டும்தான் முடியும்
உன்னால் தொடுவானம்
பக்கத்தில் கிடக்கிறது ஒரு வானம்
வெடுக்கென்று சொல்லிவிட்டு
கூண்டுக்குள் அடைகிறது அது.

உதிர்ந்த இறகுகள் ஒரு கூடு நிறைய
அடைகாக்க அதில் அமர்ந்த பறவை
வானம் விண்டு அவிழக் காத்திருக்கிறது.

புறாவை விட குறுஉடல் கொண்ட வல்லூறு அது
புறாவின் கண்ணில் அச்சம்
வல்லூறோ அதன் கண்களை
ஒரு முறைகூடப் பார்க்கவில்லை.

கூடிருந்த மரமும் இல்லை
மரமிருந்த காடும் இல்லை
காடிருந்த நிலமும் இல்லை
நிலமிருந்த திசையும் இல்லை
திசை கலங்கும் பறவைக் கூட்டம்
திரும்புகிற பருவம் இல்லை

வழியறிந்து வந்து சேர்ந்தால்
வழிமறித்து நிற்கவேண்டாம்
வருந்தியழும் ஓலமிட்டு அதன்
வரவைத் துயர் ஆக்க வேண்டாம்
புதிய வகை மரத்தின் வித்து
பொதித்து வைத்த உதரம் உண்டு
நெடிய குளிர் காற்று தீண்ட
நீரவிழும் முகில்கள் உண்டு
முகில்களுக்கு மேல் பறக்கும்

மூத்த தாய்ப் பறவைக் கூட்டம்
முழுதாக மிஞ்சுகின்ற ஒன்றெனினும் காடு ஈனும்.
குறுமேகம் தாழ்வதென இறங்கி
நெடும்புகையின் கோடு எனக் கலைந்து
மீண்டும் மீண்டும் எழும்பிச் சிலும்பும்
பெருங்கூட்டத்தில் எத்தனைப் புறாக்கள் என்றாலும்
இறக்கைகள் இரண்டுதானோ ததாகததனே.

இறக்கை கத்தரிக்கப்பட்ட கிளிகள் பேசுகின்றன
பறந்து திரியும் கிளிகள் ஒலியெழுப்புகின்றன
பறத்தலை இழந்து பேச்சைக் கற்கும் கிளிகள்
பேச்சை இழந்து பறத்தலைக் கற்க
நமக்குக் கூடுமோ ஆனந்தா.

மூங்கில் காடுகளை அழித்து
பெருங்கூண்டுகள் முடைந்து வைத்தேன்
ஒற்றைப் பறவையும் வந்திருக்க
வாய்த்ததில்லை ததாகததனே
உச்சிக் கொம்பிலோ ஒரு குருவிக்கூடு
அதற்குள் ஓயாத கெச்சட்டம் .

வெற்றுக் கூண்டுகள் என்றாலும்
யார்தான் சொல்லக்கூடும் ஆனந்தா
நீயறியா பொழுதுகளில்
ஏதோ சில குருவிகள் வந்திருந்து
ஓய்வெடுத்துச் செல்லாது என்று.

காயம் பட்டுக் கை சேர்ந்த பறவை அது
அதுவாகவே கூண்டிலும் இருந்தது
திறந்து மூட ஒரு பொழுதும்
யாரும் மறுத்ததில்லை

கண் காணாப் பொழுதொன்றில்
அது பறந்துவிடத் தேவையென்ன ததாகதனே!
பறவைகள் கூண்டுகளில் இல்லை ஆனந்தா
பழகிவிட்ட கண்களில்தான் அடைபடுகின்றன.

திறந்து வைத்துக் காத்திருந்தால்
திரும்பலாம் எந்தப் பறவையும்
காணத் தவித்த வனங்களையும்
கனவு கண்டவெளிகளையும்
கடந்து முடித்த ஒரு நாள்.

ஆனந்தன் வளர்க்கும் புறாக்களும்
அமரபாலி வளர்க்கும் கழுகுகளும்
ஓரிடத்தில் சந்தித்துக் கொண்டபோது
அருகில் ததாகதர் இருக்கிறார்
புறாக்களைக் கண்டுகொள்ளாதவர்
கழுகுகளைத் தடவிக் கொடுக்கிறார்
ஆனந்தனுக்கு மனவருத்தம்
ஆனால் புறாக்களுக்கு இல்லை.

புறாக்களைப் பிடித்து
குடில்களில் வளர்க்கிறாய்
கிளிகளைப் பிடித்துக்
கூண்டுகளில் அடைக்கிறாய்
குருவிகளைப் பிடித்துக்
கூடைகளில் பொத்தி வைக்கிறாய்
கொஞ்சி மாளவில்லை
இந்தப் பறவைகளை
கொஞ்சமா என் நேசம் என்கிறாய்
பட்சிகளை உண்மையாய்க் காதலித்தால்
பிடித்து வைத்தா கொஞ்சுவாய் போடி போ
பறக்கத்தான் கற்றுக் கொள்வாய்.

வா என்னருகில்
வந்து என் வயிற்றின் மீது நட
என்றாள் அவள்
தா உன் இறக்கையைக் கொஞ்சம்
தாழ்ந்து வருகிறேன்
எனக்கெங்கே இறக்கை சொல்
உனக்குத்தான் சிறு கிளியே
பறந்தே பார்க்காமல்
எப்படித் தெரியுமாம்
இறக்கை இருப்பதும் இல்லை என்பதும்

சும்மா சொல்லாதே
பார்த்துப் பார்த்து மெல்ல
இப்படிப் படபடவென
இறக்கையை அடிக்காதே
இறக்கை என்பது பறக்கிற இச்சை.

திறந்து பிளந்த சிறு வாய்களில்
திணிக்கிறது ஒரு பறவை
திறந்து வைத்து கவ்விக்கொள்ளச் செய்கிறது
வேறொரு பறவை
இரையூட்டுவதில் இரண்டு வகை உண்டு
இரைதேடிப் பறக்கும் வரை.
இரையாக மாறும் எல்லா உயிர்களும்.
இரைதேடித் தவிக்கும் எல்லா உடல்களும்.

இரை உண்டு பசிதீர்ந்த சீவன்கள் எல்லாம்
இரைக்காக இரங்குமோ மந்திரப் பெண்ணே !

பெண்பால் நெய்தல்

ஆழமும் தொலைவும் கரையில் ஒதுங்கின
நுரையென அள்ளி வந்து காட்டினாள்
கைநிறைய ஆழங்காண முடியாத கடல்
குமிழ்களாய் அசைந்தது
தூரங்காண இயலாச் சூரியனை
அதில் கொஞ்சம் தூவி
ருசி பார்க்கச் சொன்னாள்
உப்பு கொஞ்சம் கூடுதல் என்றதும்
கன்னத்தில் பூசிவிட்டு ஓடுகிறாள்
மீண்டும் கடலின் ஆழங்களையும்
சூரியனின் தொலைவுகளையும் அள்ளிவர.

ஆழமும் தொலைவும் இணைகிற தொடுவானம் இது
என ஒரு கோட்டை வரைந்தவள்
அரை வட்டம் ஒன்றை வரைந்து
கதிர் வளையம் என்றாள்
நீலத்தைக் கொஞ்சமாய்க்

குழைத்துப் பூசிக் கடல் என்றாள்
சிறுசிறு கீறல் இட்டுக் கடல் காகக் கூட்டம் என்றாள்
அலை கொஞ்சம் தேவை என்றதும்
கோபம் கொண்டாள்
என்னுடைய மணல் வீட்டை ஓயாமல்
அழித்தழித்துக் கட்டச் சொல்லும்
அலைகளே நீதானே நீலக்கண்ணி.

கடலுடன் இன்று பேசுவதாய் இல்லை
மழைதான் இன்று துணை
அலையுடன் இன்று ஆட்டம் இல்லை
மின்னலை எண்ணியே நேரம் போகும்
இசையோடு கண்மூடிப் புகைத்திருந்தேன்
மலைச் சரிவு ஊர் ஒன்றில் குடிசை கட்டிப்
போய்விடலாம் என்கின்ற பாதகத்தி
உன்னிடம் போய் கடல் பற்றிப் பேச்சு என்ன
அறைக்குள்ளே போய்விட்ட அவளைக் கேட்டேன்
மழை வந்து கேட்டால் நான் என்ன சொல்ல
கடல் மூழ்கிச் செத்துவிட்டாள் என்று சொல்லு
சரி கொஞ்சம் சன்னலைப் போய் இழுத்து மூடு
காகங்கள் கடலுக்காய் உளவு பார்க்கும்
பயமென்றால் நீ மூடு எனக்கு என்ன
பதுக்கிவைத்த கடலுக்குச் சொந்தக்காரி.

எத்தனைக் காலம் இந்தக் கடற்கரை நகரத்தில்
உனக்காக அடைபட்டுக் கிடப்பது நான்
நீயும் வா என் மலையோரக் கிராமம் செல்வோம்
யார் என்றால் என்ன சொல்வாய் உனது வீட்டில்
கடல் கன்னி என்று சொல்வேன்
எதற்கிங்கே அழைத்துவந்தாய் உன்னோடென்றாள்
இங்கும் ஒரு கடல் செய்து கொடுக்க என்பேன்.

மலைச் சரிவில் சிறுவளைவில்
முகிழ்க்கின்ற ஓடை
இலைச் சருகு மலர்க் குவியல்
இடையிடேயே நுரைகள்
இதையெல்லாம் சொல்லித்தான்
எனையிங்கு அழைத்தாய்
உனக்கென்ன உன் வீடு
உன் சாரல் மலைகள்
ஓயாமல் விளையாட
ஊர்ப்பெண்கள் கூட்டம்
எனக்கென்று இருக்கின்ற
கடல் விட்டு வந்தேன்
அதற்கென்ன இப்போது
ஆகுமென்றால் பிரிவோம்
மலை பதுக்கி வைத்திருக்கும்
பெருங்கடலே போய்வா
கடலறியா மலைமூழ்கும் கண்ணீரை நீ தா.

•

வந்தமரும் பறவைகளை
எனக்குப் பெயர் சொல்லி அறிமுகம் செய்கின்றாய்
தோட்டத்தில் இரண்டொரு நாள் மட்டும்
தங்குமென்றும் சொல்கின்றாய்
கூண்டுக்குள் சிலவற்றை அடைக்கலாமா
கேட்கும் போது ஒருக்களித்துச் சிரிக்கின்றாய்
தயங்கித் தயங்கி கன்னத்தில்
இதழ் பதிந்த அன்று மாலை
கிள்ளிவிட்டு கையுதறி
ஓடிப்போய் படல் திறந்து
கடற்கரையில் அமர்ந்து கொண்டாய்
அழைக்கவும் இல்லை தொடரவும் இல்லை
பார்த்துக் கொண்டே இருந்தேன்

முடிந்து வைத்த கூந்தலை
அவிழவிட்டுச் சுழற்றினாய்
சிதறிப் பறந்தன கடற்கரை முழுதும்
நான் அறிந்திராத பல உருவப் பறவைகள் கூட்டம்.

உனக்குக் கடல் தெரியும்
எனக்குத் தெரிந்தது மீன்தொட்டி
சிறுவயது முதல் மீன்தொட்டிகளை
அழகு செய்யப் பழகியவள்
சிறு மீன்கள் நீர்க்கொடிகள்
செல்லமாயச் சில பவழப்பாறை
நாள் கணக்கில்
மீனசைவைப் பார்த்தபடி அறையோடு
அமர்ந்திருக்கும் பழக்கமுண்டு
முதல் முறையாய் ஆழ்கடலில் இறக்கிவிட்டு
மீன் கூட்டம் தொட்டுப்பார் என்கின்றாய்
அதற்கின்னும் பழகாத அச்சம்
மீண்டும் வந்து அறைக்குள்தான்
பதுங்கிக் கொண்டேன்
தொட்டிக்குள் நெளிந்தசைந்து கிசுகிசுத்தாய்
மீனிருக்கும் இடம்தான் உனது கடல்.

மீளா வரிகள்

இந்த மொழி இந்தச் சொல் இந்த வரி
இவ்வாக்கு இப்பக்கம்
இதற்கு முன் எப்போதும் இருந்ததில்லை
இனிவரப் போகும் காலத்திலும்
இருக்கப் போவதில்லை.

இந்நொடியில் நீ வாசிக்கும்
இந்தப் பெருந்தருணத்தில்
உன் பார்வையின் நுண்காற்றில் அசைந்தபடி
உன் இமைப்பின் மென்சுழலில் மிதந்தபடி
உனக்காக மட்டும்
உன் முன் இது இருக்கிறது
இதற்கு முன்னும்
இனி வரப்போகும் காலத்திலும்
இல்லாத ஒரு வடிவத்தில்
இனி எத்தனை முறை நீ வாசித்தாலும்

இப்பொழுதுள்ள வடிவத்தில்
இருக்காதில்லையா
ஏன்

ஒரு நதியில் இருமுறைகள்
அள்ள முடியாதது
அதன்
நீர் மட்டுமில்லை
அதில்
ஒளிரும் மீன்களும்தான்.

அற்றது அறிதல்

உறங்கும் போது உன்னையே
உற்றுப் பார்த்தபடி உட்கார்ந்திருக்கிறேன்
ஒவ்வொரு முறையும்
உறக்கம் கலைந்தபின் சொல்கிறாய்
உறக்கமற்ற நீளிரவு.
உறக்கத்தில் உன்னையே பார்த்துக்
கொண்டிருக்கிறேன்
உறக்கம் கலைத்தெழும்பிச் சொல்கிறாய்
உனக்கென்ன அப்படி ஒரு நீளுறக்கம்.

பேசும்போதும் பேசாதபோதும்
உனது சொற்களைக் கேட்டுக் கொண்டே இருக்கிறேன்
பேச மறுக்கிறேன் என்று
சொல்லிக்கொண்டே இருக்கிறாய்.

நான் உள்ள இடமெங்கும் உன்னை நிறைத்து விட்டு
இருக்க ஒரு இடம் கேட்டு கெஞ்சும் எனக்கு
ஒதுக்கித் தருகிறாய் அச்சுறுத்தும் ஒரு வெற்றிடத்தை.

நீயுள்ள இடமெங்கும் நிறைந்துவிட்ட என்னைக்
கொஞ்சம் இடம்விட்டு வெளியேறச் சொல்வதுடன்
வெளியேயே நின்றிரு போய்விடாதே என்கிறாய்.

நீயற்ற ஓரிடத்தில் பதுங்கியிருந்தபடி
நானற்ற உனைப் பார்க்கும் இச்சை

நீயற்ற வெளியில் நான் மிஞ்சும் விதம்காண
நெடுங்காலமாக நீயும்தான் காத்திருப்பாய்
ஆணற்றுப் பெண்ணற்று ஆனந்தப் பெருவெளியில்
நாமற்றுப் போக நமக்கென்று வாய்த்திடுமோ!

யமுனையில் மிதங்கும் சடலம்

கண்ணாடியில் பட்டுத் தெரித்த முட்டைக்
குழைவென கோடை தகித்து வழிகிறது.

சுவர்களின் தசையைப் பொத்துக் கொண்டு
இறங்கும் சூரியக் கூர்மை
நகரத்தின் நுரையீலைப்பற்றிக் கிழிக்கிறது.

நெடிய பகலின் நிழலெங்கும்
தசை பொசுக்கும் அனல் தளும்புகிறது.
உறக்கத்தில் பதுங்கி
உயிர் பிழைக்கத் தவிக்கும்
நெடும்பாதை மனிதர்கள்
தகரக் கூரையின் கீழ்
உடைந்த பொம்மைகளைக்
கொலைசெய்து விளையாடியபடி
வெந்து அளியும் குழந்தைகள்.

நடுப்பாதையின் கொதிப்பில்
கண்ணாடி வழியாக
தொலைதூரத் தோட்டங்களின்
கொத்துகளைக் காட்டிக் கெஞ்சும் பெண் பிள்ளைகள்
அவர்கள் இடுப்பில் அரைமயக்கத்தில் அவியும்
பெயரற்ற பாலகர்கள்.

சாலைகளின் சந்திப்பில் வைக்கப்பட்ட
வட்ட நீர்த் தொட்டியின் விளிம்பில்
பல நூறு குருவிகள் அவற்றின்
அலகில் தொக்கி நின்று மறைகிறது
சூரியன் அறியாக் கானல்.

குளிரூட்டப்பட்ட வாகனங்களின்
எரிக்கும் இரைச்சலில்
அதிர்ந்து தூக்கம்
கலைந்துடையும் தூரத்துப் பனிமலைப் படிவுகள்
காடுகளையெல்லாம் மூழ்கடித்துவிட்டுக்
கடல்களை இடம்மாற்றுகின்றன.

கடல்தேடிச் செல்லும் பெருநகர மனிதர்கள்
விட்டுவந்த பாலிதின் குவியல்கள்
உப்புநீரில் குழைந்து காற்றில் மேலேறி
நுரையீரல்களில் பாய்கின்றன.

வலிதராத மூச்சுக் காற்றைப் வண்ண வண்ணப்
பைகளில் வாங்க
குளிரூட்டப்பட்டப் பெருவளாகங்களில்
வரிசையில் நிற்கும் கூட்டம்
பசுமைக் காடுகள் பற்றிய திரைப்படத்திற்கான
நுழைவுச் சீட்டை இலவசமாய்ப் பெறுகிறது.

*அடுத்த ஆண்டு முதல் கோடையில்
பனிக்காலத்தையும்
பனிக்காலத்தில் இளவேனிலையும்
இல்லங்களின் உள்ளே எப்போதும்
படமாக ஓடவிடும் புதிய கருவிக்கான
முன்பதிவைத் தொடங்குகிறது
அமேசான் காடுகளை
விலைக்கு வாங்கிய அதே நிறுவனம்.*

*இதெல்லாம் இருக்கட்டும்
வற்றிப்போன சங்கராபரணி* மணலில் கைவிடப்பட்ட
எனது சடலம் அவ்வப்பொழுது
யமுனையில் மிதப்பதாகச் சொல்லிப்
பனிப் பேழையில் பொதிந்து வந்து ஒப்படைத்து விட்டு
கையெழுத்து வாங்கிச் செல்லும்
பன்னாட்டுக் கவிஞர்கள்
இலவசமாகக் கொடுத்துச் செல்கிறார்கள்
அவர்களின் கவிதைத் தொகுதிகளையும்.*

(*இதனை எங்கள் ஊரில் சுண்ணாம்பாறு எனப் பெயர் சொல்லிக்கொஞ்சுவார்கள். மட்டிக்கல் விளையும் வற்றாத உப்புநதி)

நகுலன் அளித்த பரிசு

நகுலனைச் சந்திக்க நண்பர்கள்
அழைத்தபோதெல்லாம் மறுத்து வந்த நான்
ஒரே ஒரு முறை
அவர் இல்லத்திற்குச் சென்றிருக்கிறேன்
ஏனென்று தெரியவில்லை அவருக்கு ஒரு
நாய்க்குட்டியைப் பரிசாகக் கொண்டு சென்றிருந்தேன்
சோர்வுடன் இருந்தார்
நினைவுப்பாதை பற்றிய பேச்சின் நடுவில்
முகத்தில் புன்னகை தோன்றியது
குட்டியை அவரிடம் தந்தபோது தயங்கியவர்
பயணத்தின் முடிவில் ஒருவன்
அளிக்கும் பரிசு என்றேன்
வாங்கி மடியில் வைத்துக் கொண்டார்
அறையில் நாற்காலியில் அது இருக்குமா என்றார்
பயண வழி நெடுக என பேச்சு தொடர்ந்து
கடல் மணல் வெட்டவெளி என முடிந்தது.

விடைபெறும் போது
தன் கையிலிருந்த நாய்க்குட்டியை
என்னிடம் தந்தார்
யாரோ ஒரு நண்பர் எப்போதோ
எனக்குத் தந்தது
இன்னும் குட்டியாகவே இருக்கிறது
இதை நீங்கள் வைத்துக்கொள்ளுங்கள்.

நாய்க்குட்டி ஆசையுடன்
தாவி கையிடுக்கில் நுழைந்துகொண்டது
போகும் போது மிரட்சியில் இருந்த ஜீவன்
திரும்பி வரும்போது
கைவிரலை நக்கிக் கொடுத்தபடி வந்தது.

(இணைநிலைப் பிரதியெனக் கொள்வார் கொள்க)

முகநூல் கலவி

அவன் அவளைக் காதலித்தான்
அவள் அவனைச் சரியென்றாள்
இருவரும் இணைந்து அறிவித்தனர்
இனிமேல் நிகழும் புணர்ச்சி பற்றியும்
புணர்ச்சிக்கான நிமித்தம் பற்றியும்
அவளை அறிந்தவர்களில் ஒருவனும்
அவனை அதிகம் அறிந்தவர்களில் ஒருத்தியும்
பரிமாறிக்கொண்ட ஒளிப்படத் தவகல்கள்
அவளையும் அவனையும் அறியாதவர்களுக்கு
பெருங்களிப்பாய் ஆனது
நான் நினைக்கவில்லை நீ இப்படியென்று
நீ இப்படித்தான் என்று எனக்குத் தெரியும்
உடைந்து நொறுங்கிய கைபேசிகள்
எரிந்து முடிந்த பரிசுப் பொருள்கள்
ஒதுக்கிவிட்டு
ஒரே படுக்கையில் சாய்ந்தனர்

ஊரெல்லாம் மோகிக்கும் உடம்பு இது
தழுவினான் அவன்
உலகமெங்கும் கிடக்கிறது எனதுடம்பு
கிரங்கினாள் அவள்
உணர்ச்சி வாயில் உணர்வார் வலித்தே
புணர்ச்சி வாயில் புணர்வோர் மேற்றே.

அதீதன் அறியாத புறாக்கள்

இருள் நகரில் தலைமறைவாக
வாழ்ந்த அதீதன் எழுதிய ஒரு நூலைப்
படித்துக் கொண்டிருந்த போது
கவிந்த உறக்கத்தில்
வந்து அழுத்தியது ஒரு கொடுங்கனவு
திணறி விழித்துத் திரும்பிய போது
சன்னலோரம் காத்திருந்தது அந்தப் புறா
தன் குஞ்சுகளை என்னிடம்தான்
ஒப்படைத்துச் செல்கிறது சிலநாட்களாக
நான் பிறந்து வளர்ந்த நகரத்தில் போய்ச் சொன்னால்
யாரும் நம்புவார்களா
புறாக்களுக்கு நீர் புகட்டி
காவலிருக்கக் கற்றிருக்கிறேன் என்பதை.

புறாக்களை மட்டுமல்ல கழுகுகளையும்
கொன்று விளையாடும்

பழக்கம் கொண்டவனல்லவா நீ
என்று குறுந்தகவல் அனுப்பினாள்
பிரிந்து சென்ற தோழி
உன் மது விருந்துகளில் நான் சமைத்தளித்த
இறைச்சிகளின் சுவையை ஒவ்வொரு முறையும்
சொல்லிச் சொல்லி வியந்தவள் அல்லவா நீ
என மறுதகவல் அனுப்பினான்
அதீதனை மறுபடியும்
படிக்கத்தொடங்கினான் அவன்.

(அமைதிக்கான குறியீடாக
புறா இடம்பெற்றுள்ளதென அதிகம்
பாராட்டு பெற்ற கவிதை)

முத்தக் கணிதம்

ஆக்குவதற்கு ஆகும்
அத்தனை விரிவான நிமித்தங்கள் எதுவும்
அன்பை அழிப்பதற்குத் தேவையில்லை
அதனால் அறியவியலா அதன்
காலத்தையும் தூரத்தையும்
கணக்கிடும் உயர்தொழில் நுட்பத்தைக்
கற்றுக் கொள்வது நன்று.
ஒருவர் முதல் முத்தம் பெற ஆகும்
காலத்தை அவர் வயதால் வகுத்து
அதற்குப் பிறகு பெற்ற முத்தங்களால்
அதனைப் பெருக்கி
அவர் தந்த முத்தங்களை அத்துடன் கூட்டி
வாழ்நாளில் விழித்திருந்த நொடிகளைக்
கழித்துக் கிடைக்கும் மிச்சத்தை
உறக்கத்தில் கழிந்த நொடிகளால் மீண்டும் பெருக்கி
வரும் விடையைக்

கவனமாகக் குறித்துக் கொள்ளுங்கள்.
உங்களிடமிருந்து தொடங்கும்
அழிவிற்கான காலத்தையும்
அது கடக்கப் போகும் தூரத்தையும்
கணக்கிடும் சமன்பாட்டில் இது ஒரு மாறிலி மட்டுமே.

முத்தமிட்டுப் பிரியும் உதடுகளின் இடையே
தோன்றி உடன் மறையும்
எச்சில் இழைகளில் சிக்கித் தவிக்கும்
காலத்தையும் இடத்தையும்
ஒரே அலகால் குறிப்பதற்கான
காரணம் வேறொன்றுமில்லை
முத்தங்கள் அற்ற காலங்களில்
காலம் இடத்தின் வடிவத்தையும்
இடம் காலத்தின் உருவத்தையும்
பெறுகிறது என்ற புராதன நம்பிக்கை.

(நெடுநல் வேட்கை நூலின் இறுதி வரிகள்)

பிடி மணல் விரி கடல் மொழி தமிழ்

எனைவிடுத்து உனையெடுத்து
இடம் தொலைத்து உடல் இளைத்து
நினைவிழந்து நிலம் படிந்து
விரல் நெகிழ்த்திப் பிசைந்தெடுக்கும்
ஒரு பிடியில் உறுமணல் நான்.

ஒருபிடி மணலாய் மிஞ்சிய பாலையும்
இரு மிடர் மதுவினில் எஞ்சிய இரவும்
பெரு மலைத்தொடரென நீள்கிற பிரிவும்
உருவிலித் துயரென உறைந்திடும் சொல்லும்
உயிரினை ஊதி அணைப்பதை அறியாய்.

மறு உடல் பருகியும் மரிக்காத வேட்கை
இரு உடல் ஒரு சுழல் இடர்படும் இச்சை
இரையினைப் பற்றிடும் இருபசி மிருகம்
இழுபடும் ஊனிடை எஞ்சிடும் உயிர் நாம்.

விரி கடல் கடும் புயல்
நெடு மின்னல் கொடுங் குளிர்
அலை நெகிழ் தனிக் கயல்
தொடு வெளி ஒளிச் சுடர்
துளித் தழல் அருள் சுழல்
மொழித்திரள் உடல்நீ.

மணல் உறுத்தும் விழியை இதழ் குவித்துத் தணிக்க
மழையவிழும் பொழுதில் மறக்காமல் வருவாய்
மழையள்ளிப் போக மறுபடியும் வருவாய்
வரும்போது கொஞ்சம் தமிழ்க் கிள்ளித் தருவாய்.

பிரபஞ்சனைச் சந்தித்தல்

ஒளிப்படக் கருவியோடு
பிரபஞ்சனைத் தொடர்ந்தோம்
அவர் தந்த வரைபடத்துக்குள்
அமைக்கப்பட்ட நகரம் அது

மெதுவாக நடந்து ஒவ்வொரு நாளும்
அவர் தன் நகரத்தைச் சரிபார்ப்பார்
நாட்குறிப்பில் உள்ள தகவல்களை
அதற்குரியவர்களிடம் பரிமாறிக்கொள்ள
சில வீடுகளின் கதவை அவர் தட்டுவதுண்டு

முந்நூறு ஆண்டுகாலப் பழமையான
அந்த வீட்டின் முற்றத்தில் நின்று
பேசிக் கொண்டிருந்தவர்
ஒளிப்பதிவை நிறுத்தச் சொல்லி
புகைபிடிக்க முந்நூறு ஆண்டுகள்
வெளியே சென்று வந்தார்

கடற்கரையில் நின்று கப்பல்கள் வரும் நாட்களையும்
புறப்படும் நாட்களையும் சொல்லிக் கொண்டிருந்தவர்
நினைவு வந்தவராக அன்று கூட
ஒரு கப்பல் வந்து சேர இருக்கிறது என்றார்

பிரஞ்சு குவர்னரின் மதுவிருந்தில்
தான் கொஞ்சம்
அதிகமாகக் குடித்துவிட்டதைப்
பற்றி வருத்தத்துடன் சொன்னவர்
அன்றைக்கான தினப்படிக் குறிப்பில்
அதைச் சேர்க்கவில்லை எனச் சொல்லி
அழுத்தலாகப் புன்னகைத்தார்

மாலை நெருங்க நெருங்க சற்றே பொறுமை இழந்து
இன்றைக்குள் என்னுடைய நகரத்தை
முழுமையாகப் படம் பிடித்துவிடுவது
நல்லது என்றார்
நாளையில் இருந்து புதுவையை
மாற்றியமைக்கும் வேலை தொடங்க இருப்பதாக
தனக்கு ஒரு தகவல் கிடைத்திருக்கிறது என்று
சொன்னபோது ஒளிப்பதிவுக் கருவியின்
மின் கலம் தீர்ந்து போயிருந்தது

மறுநாள் தொடரலாம் என்றபடி
வீடுவரை சென்று விடைபெற நின்றோம்
மாடியேறச் சென்றவர் இறங்கி வந்து
நாளை சென்னை செல்ல வேண்டியிருக்கலாம் என்றார்
காலை வண்டியில் பயணப்பட்டதாக
மறுநாள் தகவல் கிடைத்து

மீண்டும் படப்பிடிப்பைத் தொடர நாட்கள் சென்றது
அன்று பிரபஞ்சன் தன் தெருக்களைத் தேடினார்
கிழக்கும் மேற்கும் வடக்கும் தெற்குமாக
நடந்து களைத்து நின்றவரிடம்
இனி படம்பிடிக்கவே முடியாதா என்று
ஏமாற்றத்துடன் கேட்டோம்
புதுச்சேரியை இன்னொரு முறை
தான் புதிதாக எழுத இருப்பதாகவும்
பிறகு நிச்சயம் சந்திக்கலாமே என்றார்.

(படப்பிடிப்பு நடந்த ஆண்டு 2004 நான் தில்லிக்குப்
புதுவையைப் புலம்பெயர்த்திய ஆண்டு 2005 மார்ச்சு 11)

குறுமரத் தீவிலிருந்து

பளிக்கறைக்குள் மயங்கிச் சரிந்து
மணிபல்லவத்தில் விழித்தெழுந்த மனம்
குறுமரக்காடுகளின் நடுவில்
புத்த பீடிகையைக் கண்டது
பழம் பிறப்பு உணர நேரமில்லை
சில மரக்கன்றுகளுடன் தன் உடல் மீண்டது.

ஓயாத காற்றில் சிக்கியது போலத்
தோன்றுகின்றன அந்தக் குறுந்தொட்டி மரங்கள்
முறுக்கிய கிளைகள் அதில் பொருந்தும்
பூக்கள் காய்கள் கனிகள் பருவம் தவறாமல்
உதிர்ந்து புதிதாகும் இலைகள்
காட்டு மரங்களை மறந்தாலும்
நனைக்க மறக்காத மழைத் துளிகள்
அத்துடன் அவ்வப்பொழுது வந்து
உலுக்கியெடுத்துச் செல்கிறது ஒரு குறுணைப் புயல்.

கனவும் இசையும் கவிதைகளும் அற்ற
காற்று வீசாத் தீவிலிருந்து கிடைக்கும் இச்சொற்கள்
உச்சரிக்கும் போதே
கனவால் இசையால்
கவிதையால் நிரம்பிவிடுகின்றன
அதை வைத்து ஒருநாளும் அறிந்து கொள்ள முடியாது
உங்களால் அத்தீவின் ரகசியத்தை.

அன்றன்று மீறும் தவிப்பு

இறக்கையை உதிர்த்த ஈசல்கள்
தரையில் தவழ்ந்தன
ஈசல்களைத் தொலைத்த இறக்கைகள்
காற்றில் அலைந்தன
எறும்புகள் சுமந்து சென்ற இறக்கைகளும்
பறவைகள் கொத்திச் சென்ற ஈசல்களும் போக
இன்னும் மீதமிருந்தன
பறத்தல்களும் துடிப்புகளும்
இவையனைத்தும் நடந்து முடிய
ஓர் இரவும் ஒரு பகலும்தான் ஆனது
என்பதை எழுதிய நீ
ஈசல்களை இழந்த இறக்கைகளின் தவிப்பை மட்டும்
எழுதாமல் மறைத்து வைத்தாய்.

சிறுபுலிப் பெரும் பாடல்
(குறும்பூனை அரும்பாடல் எனவும் ஒரு தலைப்பு உண்டு)

பூனைகளை அவள் நன்கு அறிவாள்
அறியாப் பருவத்தில்
கையில் எது இருந்தாலும்
நக்கிக் கொடுத்தபடி தின்றுவிட்டு
ஒன்றும் அறியாதது போலப் படுத்திருக்கும்
ஒரு பூனை
அவள் ஒரு குழந்தை ஆனால் அப்பூனையோ
நான்கு குழந்தைகளுக்கு அன்னை.

பூனையின் தந்திரம் கற்றவள்
பக்கத்து வீட்டுப் பூனையின் குட்டிகளுடன்
அவள் வீட்டுப் பூனைக் குட்டிகளை
இடம்மாற்றி வைத்ததை
பூனைகளும் அறியவில்லை
குட்டிகளும் அறியவில்லை

சில நாள் கழிந்து
மீண்டும் சரியாக வைத்தபோது
அவளும் அறியவில்லை.

குட்டிகளைக் கவ்விச் செல்லும் பூனையிடமிருந்து
ஒரு குட்டியை மட்டும் மறைத்து வைத்தாள்
முறைத்துப் பார்த்தபடி நாள் முழுக்க
அவளையே சுற்றிச் சுற்றி வந்தது
பூனைக்கு எண்ணத் தெரியும் அத்துடன்
அவளைப் பற்றியும் தெரியும் என்று
அன்றுதான் அறிந்து கொண்டாள்.

வாயில் கவ்விய குட்டியுடன்
மரமேறியதைப் பார்த்திருக்கிறாள்
கிளிக் குஞ்சு ஒன்றைக் கவ்விக் கொண்டு
நடந்து போனதையும் பார்த்திருக்கிறாள்
அரைத் தூக்கத்தில் அவள் காலருகில்
படுத்திருப்பதையும் பார்த்திருக்கிறாள்
வால் நுனியில் சிறிதாய்
அசைந்து கொண்டிருக்கிற அதன் காட்டினைப் பற்றி
ஒரு பூனைப் பாடல் சொல்லித்தான்
அறிந்து கொண்டாள்.

அவள் ஊரின் கடுவன் பூனைகள்
காயம்பட்ட முகங்களுடன் உலவுகின்றன
காயங்களை ஆற்றும் பகலை
வெறுப்புடன் கடக்கிற அவைகள்
இரவுகள் தரும் புதிய காயங்களுடன்
மீண்டும் உலவுகின்றன
காயங்கள் படாத பருவங்களில்
இவள் வீட்டுப் பக்கம் வருகின்ற அவைகள்
காயங்களேயற்ற அவள் வளர்க்கும் கடுவன்களைக்

கண்டு அஞ்சியோடுகின்றன.
பழங்கள் பிடிக்காது ஆனால்
பழங்களை நறுக்கும் அவள் கைகளைப்
பார்த்து கொண்டே உட்கார்ந்திருக்கிறது
எப்போதோ ஒரு முறை கத்தி பட்டுக் கசிந்த ரத்தம்
பார்ப்பதற்குள் காணாமல் போனதிலிருந்து
கவனமாக இருக்கிறாள் அவள்.

குட்டிகளை இடம் மாற்றிக்கொண்டே இருந்தது அது
ஒரு நாள் குட்டிகளைப் பதுக்கி வைத்துவிட்டு
புத்தகம் ஒன்றுடன் உட்கார்ந்து கொண்டாள்
குட்டிகளைத் தேடாத அது
மேசை மேலிருந்த மகளின் படத்தை
முழுதாய் மறைத்தபடி படுத்துக்கொண்டு
அவளையே பார்த்துக்கொண்டிருக்கிறது.

வெளியே சென்று வீடு வரும் போதெல்லாம்
அவள் அழைக்காமலேயே வந்து
மடியில் படுத்துக் கொள்ளும் அந்தப் பூனை
அதற்குத் தெரிந்த வேறு இரண்டு பூனைகளையும்
அழைத்து வரும் ஆனால்
அது மட்டும்தான் மடியில் படுக்கும்
மற்ற இரண்டும் பார்க்கும் போதெல்லாம்
அவள் விரல்களை நக்கும்
அவள் வளர்க்காத பூனையென்றாலும்
அவள் அதனைத் தனது பூனையென்றே
சொல்லி வந்தாள்
ஒரு நாள் தன் தோழனிடம்
அந்தப் பூனை பற்றிச் சொன்னாள்
இப்போதெல்லாம் அந்தப் பூனை வருவதில்லை
எப்போது கடைசியாக வந்தது
நீ அளித்த ஆப்பிள் போனில்

விரலைப் பிரித்தெடுக்கும் அசைவில்
புன்னகை அமிழ்ந்து புரியாத ஒரு சிணுங்கல்
உயிர் பதுங்கும் இடம்காட்டி
மறைகிறது ஒரு விண்நெருப்பு
உறக்கத்தில் பற்றிய
விரல்களுக்குள் ஒப்படைத்து
நித்திரையும் விழிப்பும்
கடந்த இடம் உறைய
அருள் தருவாய் அசைகளின் தேவதையே!

பித்தன் சூடிய பிறை

"பைத்தியமா நீ என்ற சொல்லைக் கேட்டவுடன்
அழுகை அடக்க முடியவில்லை
அதைக் கடந்து ஒரு சொல்லும் பேச முடியவில்லை"
என்று புலம்பினான் அவன்
நீ என்ன நினைக்கிறாய்.

"பைத்தியம் இல்லா மனிதர்
உயிர்த்திருக்க ஏலுமோ தெரியவில்லை
பைத்தியமாய்க் கிடக்கின்றாய் என் மீது
அத்துடன்
பைத்தியமாய் அடிக்கின்றாய் என்னையும்தான்
பைத்தியம்தான் உனக்கு
பைத்தியத்தை மோகித்து அலைகிறாய்"
பித்தனின் பாடல் இவ்விதமாய்த் தொடங்கியது.

பித்தம் இல்லைத் தெளிவும் இல்லை
துரத்தித் துரத்தி வேட்டையாடுகின்றன
அவனே எழுதி எழுதிப் பின் மறக்கத்
தவிக்கும் வாக்கியங்கள்.

திசுக்களைக் கிழித்துத் திசைக் கொன்றாய்
வீசியெறியும் கூர் நகங்களாய் உவமைகள்.
நரம்புகளைச் சிடுக்காக்கிக் குதறியெறியும்
வளைந்த அலகுகளாய் வர்ணனைகள்.
தீயில் பாய்ந்தாலும் புனலில் மூழ்கினாலும்
உயிர் பிழைக்க வைக்கும் ஒழியாச் சாபம்.
ஆயிரம் முறை சாவில் இறங்கியும்
அழியவிடாத மாயா வன்மம்.

“சாக்தே சகல தேவதா உபாசே
சர்வ வியாபினி விசாலே.”
கொன்று எழுப்பி மீண்டும் கொன்று
விளையாடப் போகும் வாக்கியம்
அது என்பதை அறியாமலேயே
புனையத் தொடங்கியவன் அவன்.

குளிர்க் காற்றும் புகமுடியா கொங்கைகளின்
இடைவெளியில் அவன் சொற்கள் புகுந்தபோதும்
இரவின் துருவல்கள் இழைப்பின்னி இறங்கும்
மென் பரப்பில் அவன் வரிகள் நகர்ந்த போதும்
சற்றே கூச்சத்தில் நெளிந்தவள்
இதழ்களின் சுனை நீர் பற்றிய
வாக்கியத்தில் முகம் சிவந்தாள்
இடைநெளிவின் வரிகளை எண்ணிச் சொல்லிய பின்
விரல் நகத்தின் வளைவை வருடிய வார்த்தைகளை
கண்டு கொள்ளாமல் தொலைவில்
பார்வை செலுத்தி இருந்திருக்கிறாள்

மச்சங்கள் பற்றி முச்சீரில் சொல்லியவன்
காதலன் மேலமர்ந்து அவள் இழைக்கும்
கலவி பற்றி இருபத்து நான்கு சீர்களில்
எழுதிவிட்டு நிமிர்ந்த போது
பிரசன்னமாகி நின்றவளின்
விழித் தணலில் சூழலின் பொருள்கள் எரிந்தன
ஏடுகளும் எழுத்தாணியும் சாம்பலாய் உதிர்ந்தன
காளிதாசனோ அவள் காலருகில் கிடந்தான்
நிமிர்ந்து கைதொழுதவனை என்ன செய்ய
அவள் அளித்த வரத்தில் பெருகும் வாக்கியங்கள்
அவள் தந்தவை அவனது புலன்கள்.

வலக்கையை இடையில் ஊன்றி
இடப் பக்கம் சாய்ந்து நின்ற அவள்
நெடுநேரம் அவனையே பார்த்திருந்தாள்
தவமே இன்றிப் பிரசன்னம்
தந்திரம் பலித்த சுகத்தில்
லயித்திருந்தான் காளிதாசன்.

துகிலைச் சற்று இறக்கிப் பாதங்களை மறைத்தவள்
எழுதித்தான் கரைய வேண்டும் உன் சாபம்
என்றபடி உருமறைய இருந்தாள்

ஏடு ஒன்றை எழுதி நீட்டியவன்
சற்றே தள்ளி நின்று கவனித்தான்
சீர்பிரித்துப் படித்தவள் சிரிப்பை அடக்கிக் கொண்டாள்
ஈசன் என்ன காளிக்கு தாசனா
எதற்கும் சிவனிடம் கொஞ்சம் எச்சரிக்கையாயிரு
பாதங்களை மட்டுமே பார்த்திருந்தவன்
ஏனென்று குழம்பிப் போனான்.
ஈசனின் நடத்தை எப்படியெல்லாம் மாறிப்போனது
எரித்து எழுப்பிப் பின் என்னவள் என்னும்

குணமெல்லாம் காணாமல் போயிருந்தது
அடிக்கடி பாக்கள் சிலவற்றைச்
சொல்லிச் சொல்லி லயிப்பதும் ஒரு புதுப்பழக்கம்
ஆனாலும் இருவருக்கும் இடையில்
பேசித்தீர்க்க முடியாத ஒரு பிணக்கம்.

காளிதாசன் முன் ஈசன் நின்ற அந்தத் தருணம்
அப்படி முடியும் என அவன் அறிந்திருக்கவில்லை
அந்தப் பாவரிகளை ஒரு முறைச் சொல்
சொல்லக் கேட்டவன்
நெற்றியை வருடிக் கொண்டான்
என்னையே எழுதியவன் இல்லையா நீ
எழுதிக்கொண்டே இரு

பித்தம் இல்லைத் தெளிவும் இல்லை
துரத்தித் துரத்தி வேட்டையாடுகின்றன
அவனே எழுதி எழுதிப் பின் மறக்கத்
தவிக்கும் வாக்கியங்கள்.

ஆயிரம் முறை சாவில் இறங்கியும்
அழியவிடாத மாயா வன்மம்.

மலை மாதவள் மடியில் துயில்
மகிழ்வால் மனம் கிளர்வாய்
மனதால் அவள் தளர்வாள் எனில்
நடமே புரி சிவனே! நிலையே தளர்
நிமிடந்தனில் சிறிதே பிழைபுரிவாய் யுன
தொரு காலுயர் விளை யாடலில்
உதிர்வாளவள் மழையாய்!*

[*காளியை எரித்த காலம் பற்றிய கதையையும் இதையும் நேரடித் தொடர்புபடுத்திப் பார்ப்பது பிழையான அர்த்தம் தரும். ஈசன் செய்த பிழையும் அதுதான்.]

புலவிப் பெருக்கு

உடல் ஊற்றின் முகையவிழ
உயிர் பெருக்கி நீளும் ஈரக்களிப்பு
நுரைகொழித்துக் கொப்பளிக்கும்
நுண்பொறி முனகல்.

குமிழ் பெருக்கி வழியும் நிறங்கள்
இமைவிளிம்பில் தேங்கித் தயங்கி
விழியதிர்வில் வெடித்துச் கசிய
உருத்திரிபில் புதிதாகும் தசைப் பரப்பு.

கிளை பரப்பி நிலம் பிளக்கும் நீரின் கீற்று
திசுக்காட்டின் பரப்புகளைக் கலைத்துப் பாயும்
நெடுநதிகள் கரை உடைந்து
விரிகடல் வடிவெடுக்கும்.

சுழிகளில் திளைப்பின் விம்மல்
ஆழங்கள் அடங்கிய பரப்பில் சாயும்
அலையுருவில் பிணையும் உயிர் முயக்கம்.

விட்டுச் சென்ற நுரைகளை
வாரிச் செல்ல வரும் பாசாங்கில்
தழுவித் தழுவி மீள்கின்றன அலைகள்
அள்ளிப் போ மிச்சமின்றி
அலுத்தது போல் சொல்லிவிட்டு
கவிழ்ந்து படுக்கிறது கரை.

காற்று பட்டு உருஉடையும்
நுரைதானே நான்.
காற்றும் நுரையும் வேறு வேறா
கண்டறிந்து தெளிவாகச் சொல்
கலவி இல்லை, அது வரைக்கும்.

பசுமைப் பண் கருணைப் பாடல்

நீர்த்தோகைப் புயல்நடனம்
சிலும்பும் உன் இமைப்பரப்பின் உள்ளிருந்து
தொலைவுகள் விளிக்கும்
இசையுருக்களைத் தேடியலைகின்றேன்.
விழியலைவில் நுண்மையாய் வெடித்துச் சிதறி
விளையாடிக் களிக்கும் குமிழ் வெளிச்ச
முனகல்களில் ஒரு புதிய மொழி புனைகின்றேன்.
உன் பெயரின் பொருளிசைக்க
உருக்கொண்ட என் இசைக்கருவிகள்
உன் முன் எப்போதும்
நிசப்தமாய் பாவனை செய்கின்றன.
இரக்கம் கசியும் கொஞ்சலுடன்
எடுத்து வருடும் விரல்கள்
தொடங்கி வைக்கிறது
உன் கருணைப் பாடலை.

என் கானகத்தின் அத்தனை உயிர்களும்
ஒத்திசைந்து ஒலிக்கின்ற உன் பெயருக்கு
பொருள் பொழியும் வரிகளுடன்
கருவிகளும் தொடர்கின்றன.
நீயே நினைத்தாலும் நிறுத்த இயலாத
நெடுவரிப் பண்களைப் பரிசளித்துச் செல்கின்றாய்
நிறங்கள் மாறும் உன் ஒவ்வொரு பருவத்திலும்
நீர்த் தோகைப் புயல்நடனம் சிலும்பும்
உன் இமை தளர்த்தி ஓய்வெடுக்க.

வலைகோட்டுப் பெரும்பாதை

இழை கொண்டு வலை பின்னி ஓய்ந்த ஓர் நொடியில்
இரையென்று நான் வரக்காத்திருக்கிறாய் நடுவில்
திசைகளின் முடுக்குகளில்
இழுத்துக் கட்டிய நூல் பரப்பு
திகைக்க வைக்கும் சீர்வரிகள்
இடைப்பட்ட வெளியெல்லாம்
மாறாத நீள்கோடு
கோணங்கள் மாறாத வளைகோட்டுப் பெரும் பாதை
அந்தர வீதியில் நழுவிவிடாமல்
நடந்து நகர்ந்து
சுழல் வட்டம் கடந்து
மையத்தை அடையும் வரை
பசித்த கண்களுடன்
என்னையே பார்த்திருந்தாய்
புசிக்கப் போகிறாய் என்றுதான்
இறுதி தியானத்தில் அமிழ்ந்தேன்

இதுவரை எந்த இரையும்
என் புதிர்வழிக் கோலத்தை
நடந்து அளந்ததில்லை உன்னைத் தவிர
வந்த வழியே மீண்டு செல்
விழுங்க மறுத்து
பசியுடன் படுத்துக்கொண்டாய்
போய்விடலாம்தான் ஆனால் மனசில்லை
என்றைக்கானாலும் ஏதோ ஒன்றின்
இரையாகும் உடல்தான் இது
எதிர்ப்பக்க இழையொன்றில்
ஒட்டித் தளர்ந்து உனக்காகக் காத்திருக்கிறேன்.
நான் இருப்பதை அறியாதது போல நடித்தாலும்
கள்ளவிழியால் அவ்வப்போது பார்க்கிறாய்
காலம் இருவரையும் பார்த்துக் கொண்டிருக்கிறது.
வலைகோட்டுப் பெரும்பாதையில்
சிக்கியது நானா காலமா.

மழை செய்யும் மந்திரம்

கனவில் பெய்த மழை
யாரையும் நனைப்பதில்லை
அது பற்றிய இசைக்குறிப்புகள்
நனைகின்றன மழையில்.
மழையில் கரையும் வரிகள்
பாயும் இடமெங்கும்
மழை செய்யும் மந்திரம்
மழைக்காக ஏங்கும் நிலம்
மந்திரங்களை ஓதுக்கிவிட்டு
மழையை மட்டும் ஒலிக்கிறது.

நனைபவர்களைக் கவிகிறது
மழை செய்யும் மந்திரம்
நனைக்கும் தோறும் மாறுகிறது
மழை செய்யும் தந்திரம்
நனையும் தோறும் ஒலிக்கிறது

மழை சொல்லும் மந்திரம்
நனைவதால் மட்டுமே வசப்படுவதில்லை
மழையைச் செய்யும் மந்திரம்.
மழை அழைக்கும் மந்திரத்தை
மனனம் செய்திருந்தாலும்
மழையில் நனையும் போதுதானே
அது நினைவுக்கு வருகிறது.

மழை செய்யும் மந்திரத்தைக் கற்பது எளிது
கனவு மழை என்ற இரு சொற்கள்
அத்துடன் இசையென்ற
இன்னும் ஒரே ஒரு சொல்
இசை செய்யும் மந்திரமும் எளியதுதான்
மழை கனவு இசை இன்னும்
பல கோடிச் சொல்லுக்கும்
அது வசப்படாது என்னும் மிக எளிய உணர்வு.

மழைக்கான இசையை
மழை தரும் இசையை
புனைந்தவர்களையெல்லாம் கேளுங்கள்
மழையை எப்போது கற்றார்கள் என்று
இசை கற்கத் தொடங்கிய அந்த
நாளைத்தான் சொல்வார்கள்.

கற்றது இசை
கனவில் மழை
மழையோ நினைக்கும் போதெல்லாம் பெய்கிறது
இசையோ பருவங்கள் கண்டும் பொய்க்கிறது
அதனால் சிலர்
மழையை இசையென்றும்
இசையை மழையென்றும்

இடம் மாற்றிச் சொல்வதுண்டு.
நினைக்கும் தோறுமா பெய்கிறது மழை
எனக் கேட்கும் எவரும்
மழையையும் அறிவதில்லை
இசையையும் அறிவதில்லை.

மழையற்ற பருவங்களின் இசை
இசையற்ற பருவங்களின் மழை
இரண்டும் தனித்தனிதான் என்றாலும்
சொன்னவர்கள் கண்டதில்லை
கண்டவர்கள் சொல்ல விரும்புவதில்லை.

பருவம் தப்பிப் பெய்தாலும் மழை
பசுங்காடுகளைக் கடந்து
சமவெளிகளை அடைகிறபோது
பாணர்கள் இசையைப் பொழிகிறார்கள்
பருவகாலங்களைப் பற்றிய அவர்கள் இசையோ
பசுங்காடுகளைத் தேடியே பாய்கிறது
காடுகளையும் சமவெளிகளையும்
இணைக்கும் இசைக்காகத்தான்
மழை பொழிவதாக அவர்கள் பாடுகிறார்கள்.

மோஸார்ட் அடக்கம் செய்யப்பட்ட போது
மழை பொழிந்ததாக ஒரு கதையுண்டு
மோஸார்ட் அடக்கம் செய்யப்பட்ட போது
மழையைப் பொழிந்ததாக ஒரு கதையுமுண்டு
மோஸர்ட் அடக்கம் செய்யப்பட்ட இடத்தில்
மழை பொழிந்ததாக ஒரு கதையுண்டு
மழைபொழிந்த இடத்தில் மோஸார்ட்
அடக்கம் செய்யப்பட்டதாக ஒரு கதையுமுண்டு

மோஸார்ட் அடக்கம் செய்யப்பட்ட இடத்தில் எப்போதும்
மழை பொழிந்துகொண்டிருப்பதாக ஒரு கதையுண்டு
மழைபொழிந்து கொண்டிருக்கும் வரை மோஸார்டை
யாரும் அடக்கம் செய்ய முடியாது என்றும்
ஒரு கதையுண்டு.

மழையைச் சற்று நிறுத்திவிட
அத்தனைக் கலைஞர்களும்
தசையால் நரம்பால் மூச்சால் முழுவுடம்பால்
சில நூறு கருவிகளை இசைக்கிறார்கள்
அப்படியொரு நிசப்தம்
ஒரு துளியிசைக்கு இத்தனை வலியா.

மழையைப் போலக் கொடியது இல்லை
(தன்னைப் பொருட்டாகக் காணாத)
மழைக்காடுகளில் பொழிந்து தீரும் அது
(தன்னைத் தவிர வேறு எதையும் வேட்கைகொள்ளா)
பாலைகளில் பொழிவதில்லை.

மழையைப் போலத் தந்திரமானது இல்லை
(பாலையைப் பெருக்கும் வேட்கை கொண்டது)
வேட்கை தீராதவரைதான் பாலை
மழையின் வேட்கையோ பாலை.

தூரல் விழும் தோட்டத்தில் ஒரு புத்தன்
புத்தனின் தோள் மீது
ஒரு தவிட்டுக் குருவி மடிமீது ஒரு சிட்டு
தூரல் விட்டபின் உடலைச் சிலுப்புகிறது குருவி
சிலர்ப்பில் படபடத்த புத்தனின் இமைகளை
ஒரு நொடிப் பார்த்தேன்

கல் துகில் மடிப்புகளில் ஒளிரும் மழைத் துளிகளைக்
கொத்திவிளையாடும் சிட்டும்
என்னைப் பார்த்தது அதே ஒரு நொடியில்.

மழைக்காகத்தான் அந்தக் குடிசை
மழைக்காலங்களுக்கு மட்டுமானது அந்தக் குடிசை
மழைபொழியும் போது மட்டும்தான் அது குடிசை
மழைவரும் போல இருந்தாலும் சிலிர்க்கிறது குடிசை
மழை வந்து போனபின்னும் சிலிர்க்கிறது
மழையும் நானும் அந்தக் குடிசைக்குள் இருந்தபடி
மழையையே பார்த்துக் கொண்டிருந்தோம்
மழை விட்டுப் போனதும்
குடிசையும் நானும் மழையையே
பார்த்துக் கொண்டிருக்கிறோம்.

பக்கத்து மலைச் சரிவில் சாரல்
சற்று நேரத்தில் நமது மலைக்கும் படரலாம்
என்னுடைய புல்வெளியைச் சுருட்டியெடுத்து
போர்வைக்குள் பதுக்கினேன்
குளிரில் வெடவெடுக்கும் எனது புல்வெளி
தேகத்தின் கதகதப்பில் உறங்கி
முதல் வெயிலில் உடல் நெளித்து
குரல் சிணுங்கக் கேட்கும்
சாரல் ஓய்ந்துவிட்டதா
என்ன சொல்ல பொய்தான்
இன்னொரு மலைச் சரிவில் இன்னும்.

கையில் அள்ளினால் நீர்
அள்ள முடியாதபோது கங்கை
அள்ளியள்ளி வழியவிடும் கைநீரில்
ஒவ்வொரு முறையும் பிறக்கிறது கங்கை

பொழியும் மழை கங்கையை நனைக்கிறது
பொழியும் மழையைக் கங்கை நனைக்கிறது
அள்ளியெடுத்த கங்கையெல்லாம் நீராக
அள்ளமுடியாத நீரெல்லாம் கங்கையாக
கங்கையில் நனைய இறங்கும் மழையைக்
கைகளில் ஏந்திப் படைக்கின்றேன்
மழையாக இருக்க வரம் தருவாய்
மனதாய்ப் பெருகும் மகாநதியே

மழைக்காக ஒருபோதும் ஏங்காத பாலைவனம்
நிலவுதான் அதன் வேட்கை
இரவுப் பனியில்
சிலிர்க்கும் புற்களைத் தன்னுள்
மறைத்துக் கொண்டுள்ளது

பொழியும் ஒளியில் நனைகிற மணல் பரப்பு
காற்றால் களிக்கிறது
காற்று ஒளி புல் மணல் பிறை பனி நிலவு
காற்றொளி புல்மணல் பிறைப்பனிநிலவு
கண்ணுக்கெட்டியவரை வானம்
மழைக்குப் பிடித்த எல்லாவற்றையும்
தன்னுள் பதுக்கி வைத்திருக்கிறது பாலை
நடுக்கடலில் தனித்துப் பெய்து
வடிவை இழக்கிறது
பாலையுடன் இருப்பதற்கு வாய்க்காத மழை.
(மழையில் கரைந்த வரிகள்)
யாருடைய உள்ளுறுப்பையும்
நனைக்காத மழை பற்றிய வரிகளை
எழுதியது நான்தான் என நினைத்திருக்கும்
பலருக்குத் தெரியாது அதைக் கொண்டுவந்தவன்
மழையில் நனைந்தால் விலங்காக
உருமாறும் துயருக்கஞ்சி

இருள்நகரில் மறைந்தலையும் அதீதன்.
(மழையிடம் கற்ற வரிகள்)
தினம் தோறும் நினை
தினம் தோறும் துதி
வரும் போது நனை
தரும் தோறும் களி
இருக்காத பொழுதில் எதற்காக ஏக்கம்
எதுமழை சொல்லவா இதுதெரியாதா
மழைக்கான வேட்கை அது மட்டும் போதும்

மழை பொழிகிறது காதலாய்
காமமாய் கோபமாய்
வெறுப்பாய் கொடும் வன்மமாய்
சில சமயம் தாயாக சில சமயம் மகளாக
தீராத தாகமாய் எப்போதாவது
வெறும் மழையாக.

மழை வேண்டும் என ஏங்கும் மனமே
சொல்கிறேன் கேள்
மழை பொழியும் என நீ காத்திருக்கலாம் அல்லது
மழை எங்கெல்லாம் பொழிகிறதோ
அங்கெல்லாம் சென்றும் காத்திருக்கலாம்.
மழைதான் உனது உயிர்ப்பென்றால்
அதனை மழையிடம் சொல்லித்தான் ஆகவேண்டுமா.
மழையைப் பற்றிய உனது கனவுகளையெல்லாம்
மழையிடம் இருந்தும் மறைத்து வைக்கலாம்.